പുസ്തകം 9

കെ ജി ജോർജ്

k g george

•

vinu abraham

•

first edition
august 2015

•

published
chintha publishers, thiruvananthapuram

•

typesetting
star communications, thiruvananthapuram

•

•

cover
ambeesh

•

വിതരണം

ദേശാഭിമാനി ബുക്ക് ഹൗസ്

H O തിരുവനന്തപുരം-695 035
Ph: 0471-2303026, 6063020
www.chinthapublishers.com
chinthapublishers@gmail.com

ബ്രാഞ്ചുകൾ

ഹെഡ്ഡാഫീസ് ബ്രാഞ്ച് കുന്നുകുഴി • സ്റ്റാച്യു തിരുവനന്തപുരം • കെ എസ് ആർ ടി സി ബസ് സ്റ്റേഷൻ ആലപ്പുഴ • കെ എസ് ആർ ടി സി ബസ് സ്റ്റേഷൻ എറണാകുളം • ചിറ്റൂർ റോഡ് എറണാകുളം • മച്ചിങ്ങൽ ലെയ്ൻ തൃശൂർ • ഐ ജി റോഡ് കോഴിക്കോട് • കെ എസ് ആർ ടി സി ബസ് സ്റ്റേഷൻ കോഴിക്കോട് • എൻ ജി ഒ യൂണിയൻ ബിൽഡിങ് കണ്ണൂർ • സെൻട്രൽ ബസ് ടെർമിനൽ കോംപ്ലക്സ് താവക്കര കണ്ണൂർ

CO - NS 9 / 2239 / 3716

കെ ജി ജോർജ്

വിനു ഏബ്രഹാം

ചിന്ത പബ്ലിഷേഴ്സ്
തിരുവനന്തപുരം-695 035
വില: ₹ 80

വിനു ഏബ്രഹാം

പത്തനംതിട്ട ജില്ലയിൽ നെടുങ്ങാടപ്പള്ളിയിൽ സ്വദേശി. മോടയിൽ ഏബ്രഹാം വർഗ്ഗീസിന്റെയും സൂസന്റെയും പുത്രൻ. *ദ വീക്ക്* വാരികയുടെ കേരള ലേഖകനായി 20 വർഷം പ്രവർത്തിച്ചു. ആറ് കഥാസമാഹാരങ്ങളും മൂന്ന് നോവലുകളുമുൾപ്പെടെ പതിനഞ്ച് പുസ്തകങ്ങൾ പ്രസിദ്ധീകരിച്ചിട്ടുണ്ട്. *നഷ്ടനായിക* എന്ന നോവലാണ് കമൽ സംവിധാനം ചെയ്ത വിഖ്യാത സിനിമയായ *സെല്ലുലോയ്ഡിന്റെ* കഥാവലംബം. മികച്ച ഇംഗ്ലീഷ് പത്രപ്രവർത്തനത്തിന് നിരവധി പുരസ്കാരങ്ങൾ നേടിയിട്ടുണ്ട്. *ആൻ എൻകൗണ്ടർ വിത്ത് എ ലൈഫ് ലിവിങ്* എന്ന ഹ്രസ്വചിത്രത്തിന്റെ നിർമ്മാതാവെന്ന നിലയിൽ മികച്ച പ്രഥമ ഹ്രസ്വചിത്രത്തിനുള്ള ദേശീയ ചലച്ചിത്ര പുരസ്കാരം ലഭിച്ചിട്ടുണ്ട്. *നിലാവിന്റെ നഖങ്ങൾ* കഥാസമാഹാരത്തിന് എസ് ബി ടിയുടെ മികച്ച കഥാസമാഹാര പുരസ്കാരവും *ഗബ്രിയേലാ സബാറ്റിനി ജീവിതം എഴുതുമ്പോൾ* എന്ന കഥാസമാഹാരത്തിന് പ്രേംജി പുരസ്കാരവും *തോറ്റവരുടെ തീൻഗൃഹം* എന്ന കഥയ്ക്ക് കെ എ കൊടുങ്ങല്ലൂർ പുരസ്കാരവും ലഭിച്ചു. ചലച്ചിത്ര രംഗത്ത് തിരക്കഥാകൃത്ത് എന്ന നിലയിലും പ്രവർത്തിക്കുന്നു. *പറുദീസ* സിനിമയ്ക്ക് മികച്ച തിരക്കഥയ്ക്കുള്ള മെക്സിക്കൻ അന്താരാഷ്ട്ര ചലച്ചിത്രോത്സവ പുരസ്കാരം നേടിയിട്ടുണ്ട്. *കഥയുള്ളൊരു പെണ്ണ്* ഏറ്റവും പുതിയ ചിത്രം.

ഭാര്യ : സുജ
മക്കൾ : ഭുവൻ, റെയ്ൻ
വിലാസം : കെ ആർ ഡബ്ല്യൂ എ 76 എ
ഐ എ എസ് കോളനി,
വട്ടിയൂർക്കാവ് പി ഒ
തിരുവനന്തപുരം 13
ഫോൺ.9400073529

ഉള്ളടക്കം

പ്രസാധകക്കുറിപ്പ് 7
കെ ജി ജോർജ്
മലയാള ചലച്ചിത്രകലയിലെ ആധുനിക ദൃശ്യപഥങ്ങൾ 9
ആമുഖം 11
നിറങ്ങൾക്കിടയിൽ നിറപ്പകിട്ടില്ലാതെ 15
ചില സിനിമാ സംരംഭങ്ങളും മദിരാശി കാലവും 24
സ്വപ്നം പോലെ സ്വപ്നാടനം 30
ഉൾക്കടൽ, മേള, കോലങ്ങൾ 33
യവനിക ജനപ്രീതി നേടിയ സിനിമ 47
മലയാള ഭാവുകത്വത്തെ മാറ്റിപ്പണിത സിനിമകൾ 56
ഇന്ദിരാഗാന്ധി വധവും ഇരകളും 69
കാലത്തിന് മുമ്പേ നടന്ന കലാകാരൻമാർ 74
മികച്ച തിരക്കഥാകൃത്ത് 79
കെ ജി ജോർജിന്റെ സിനിമകൾ 87

കെ ജി ജോർജ്

പ്രസാധകക്കുറിപ്പ്

ഇന്നത്തെ കേരളം ഒരു സുപ്രഭാതത്തിൽ ഉണ്ടായതല്ല. സഹസ്രാബ്ദങ്ങളുടെ ചരിത്രമുണ്ട് അതിന്. ഇരുപതാം നൂറ്റാണ്ടിന്റെ പകുതിവരെ ജന്മിനാടുവാഴിത്തത്തിന്റെ അധീശത്വവും അധികാരവുമാണ് കേരളത്തിലുണ്ടായിരുന്നത്. വ്യവസായവല്ക്കരണവും യുക്തിചിന്തയും കേരളീയ ജീവിതത്തിൽ വിവിധകാലങ്ങളിൽ ഗണനീയമായ പരിവർത്തനമുണ്ടാക്കിയിട്ടുണ്ട്. വിദേശീയരുമായുള്ള കേരളീയരുടെ സമ്പർക്കം ആരംഭിച്ചത് ആയിരക്കണക്കിന് വർഷങ്ങൾക്കുമുമ്പാണ്. കേരളത്തിന്റെ സുഗന്ധദ്രവ്യങ്ങൾക്കുവേണ്ടിയുള്ള മത്സരം യൂറോപ്യന്മാരുടെ ഭൂപരമായ കണ്ടെത്തലുകൾക്ക് കാരണമായിരുന്നു. ബി സി 3000 മുതൽ സുഗന്ധദ്രവ്യങ്ങൾക്കുവേണ്ടിയുള്ള ഈ പര്യവേക്ഷണങ്ങൾ ആരംഭിച്ചിരിക്കണം. സഹ്യപർവ്വതത്തിന്റെ പടിഞ്ഞാറുഭാഗത്തായി മലനിരകളും ഇടനാടും സമതലവും ചേർന്ന ഈ പ്രദേശം എക്കാലത്തും വ്യത്യസ്തമായ ഒരു പ്രദേശമായിരുന്നു. നാനാജാതിമതങ്ങൾക്ക് താവളവും അഭയവുമായിരുന്നു കേരളം.

ആധുനിക കേരളത്തിന്റെ ഭാവരൂപങ്ങൾ രൂപപ്പെടുത്തിയ അനേകം മഹാവ്യക്തിത്വങ്ങളുണ്ട്. അവർ ജീവിച്ച കാലഘട്ടവുമായി സംഘർഷത്തിലേർപ്പെട്ട് ഉയർന്നുവന്നവരാണവർ. അവരിൽ ഭരണാധികാരികളുണ്ട്, കലാകാരന്മാരുണ്ട്, സാഹിത്യകാരന്മാരുണ്ട്, ദാർശനികരും രാഷ്ട്രമീമാംസകരുമുണ്ട്.

ഒരു കാര്യം സുവ്യക്തമാണ്. ഇന്ത്യാ രാജ്യത്തിന്റെ ഏറ്റവും തെക്കെ അറ്റത്തുള്ള ഈ ഭൂപ്രദേശം നീതിമാന്മാരെ വരിക്കാൻ എല്ലായ്പ്പോഴും സന്നദ്ധമായിട്ടുണ്ട്. മഹാബലിയെ സ്വന്തം രാജാവായി വരിക്കാൻ മലയാളദേശം സന്നദ്ധമായെന്ന കഥ തീർച്ചയായും നീതിമാന്മാരെ അംഗീ

കരിക്കുന്ന ഒരു ജനസംസ്കാരത്തിൽ നിന്നുള്ള ഉപലബ്ധിയാണ്. നീതിക്കുവേണ്ടിയുള്ള ഈ ദാഹത്തിൽ നിന്നാണ് കേരളം വിദേശവാഴ്ചയ്ക്കെതിരെ ആയുധമെടുത്തത്, പിന്നീട് സ്വന്തം മനസ്സുകളുടെ ഇരുൾക്കയങ്ങളിലേക്ക് നൂതനചിന്തയുടെയും, സമരത്തിന്റെയും പ്രകാശരശ്മികൾ ഏറ്റുവാങ്ങിയത്. നവോത്ഥാനത്തിലേക്ക് കേരളം നയിക്കപ്പെട്ടത് ഇങ്ങനെയാണ്.

ഇരുപതാം നൂറ്റാണ്ടിലെ കേരളം തിളച്ചുമറിയുന്ന ഒരു പാത്രം പോലെയായിരുന്നു. രാഷ്ട്രീയമുന്നേറ്റങ്ങളും പോരാട്ടങ്ങളും കേരളീയ ജീവിതത്തിന്റെ സ്വാഭാവികമായ അവസ്ഥയായി മാറി. പഴമയുടെ കാവല്ക്കാരായ നാടുവാഴി-ഭൂപ്രഭുവർഗ്ഗത്തിനെതിരെ മാനസികവും ഭൗതികവുമായ പോരാട്ടങ്ങളുണ്ടായി. ഇത് കേരളീയരുടെ ഭൗതിക ജീവിതത്തെ മാത്രമല്ല, മാനസിക ജീവിതത്തെയും മാറ്റിമറിച്ചു. കവിതയിലും (സാമാന്യമായി സാഹിത്യത്തിലും) ചിന്തയിലും രാഷ്ട്രീയ പ്രവർത്തനത്തിലുമെല്ലാം ഈ മാറ്റം പ്രകടമായിരുന്നു.

ഈ പരിവർത്തനങ്ങൾക്ക് രൂപം നല്കിയവരെയാണ് 'നവകേരളശില്പികൾ' എന്ന പരമ്പരയിലൂടെ ചിന്ത പരിചയപ്പെടുത്തുന്നത്. നമ്മുടെ അറിവും ഉറവും നിർണ്ണയിക്കുന്നതിൽ നവകേരളശില്പികൾ വലിയ പങ്കു വഹിച്ചു. അവരുടെ ചരിത്രം അറിയുന്നത് കേരളീയ ജീവിതം മുന്നോട്ടു കൊണ്ടുപോവുന്നതിനുള്ള ഒരു മുന്നുപാധിയാണ്. നവകേരളശില്പികൾ എന്ന പരമ്പരയിലെ ഓരോ പുസ്തകവും ഈ ദൗത്യം നിർവ്വഹിക്കുന്നുണ്ട്.

ശ്രീ. പ്രദീപ് പനങ്ങാടാണ് ഈ പരമ്പരയുടെ എഡിറ്റർ. അദ്ദേഹത്തിനും പരമ്പരയിലേക്ക് പുസ്തകങ്ങൾ തയ്യാറാക്കുന്ന എഴുത്തുകാർക്കും ചിന്ത പബ്ലിഷേഴ്സ് കൃതജ്ഞത അറിയിക്കുന്നു.

ചിന്ത പബ്ലിഷേഴ്സ്

കെ ജി ജോർജ്

മലയാള ചലച്ചിത്രകലയിലെ ആധുനിക ദൃശ്യപഥങ്ങൾ

മലയാള സിനിമയിൽ നവഭാവുകത്വം സൃഷ്ടിച്ച ചലച്ചിത്രകാരന്മാരിൽ ഒരാളാണ് കെ ജി ജോർജ്. നിലനിന്ന ചലച്ചിത്ര സമ്പ്രദായങ്ങളെ എല്ലാതലത്തിലും തിരസ്കരിക്കുകയും, പുതിയൊരു ചലച്ചിത്ര സംസ്കാരം സൃഷ്ടിക്കുകയും ചെയ്തു. ഒരു ആധുനിക കലാമാധ്യമമെന്ന നിലയിൽ സിനിമയുടെ സാദ്ധ്യതകളെ പരമാവധി കണ്ടെത്തുകയും അതിൽ സവിശേഷ ആവിഷ്കാരങ്ങൾ നിർവ്വഹിക്കുകയും ചെയ്തു. കലയുടെ സർഗ്ഗാത്മകതയെയും സാങ്കേതികവിദ്യയുടെ ആധുനിക രൂപാന്തരങ്ങളെയും ജീവിതത്തിന്റെ കാലാന്തര സമസ്യകളെയും സമന്വയിപ്പിക്കാൻ കെ ജി ജോർജിന് കഴിഞ്ഞു. അതുകൊണ്ടാണ് ആധുനിക മലയാള സിനിമയുടെ ചരിത്രത്തിൽ കെ ജി ജോർജിന് സവിശേഷ സ്ഥാനം ലഭിക്കുന്നത്.

ഫിലിം ഇൻസ്റ്റിറ്റ്യൂട്ട് വിദ്യാഭ്യാസത്തിനുശേഷമാണ് ചലച്ചിത്ര സംവിധാനത്തിലേക്ക് കെ ജി ജോർജ് എത്തുന്നത്. ലോക ചലച്ചിത്രകലയിലെ മാറിവരുന്ന സൗന്ദര്യസങ്കല്പങ്ങളെയും ജീവിത സമീപനങ്ങളെയും സാമൂഹിക ബോധത്തെയും തിരിച്ചറിഞ്ഞുകൊണ്ടാണ് ചലച്ചിത്ര നിർമ്മിതി തുടങ്ങുന്നത്. അക്കാദമിക് ശിക്ഷണം ചലച്ചിത്രത്തിന്റെ ഓരോ മേഖലയിലും പ്രാവർത്തികമാക്കാൻ ശ്രമിച്ചു. പ്രമേയങ്ങളുടെ തെരഞ്ഞെടുപ്പ്, ഛായാഗ്രഹണത്തിന്റെ സാദ്ധ്യതകൾ, അഭിനേതാക്കളുടെ പങ്കാളിത്തം, സംഗീതത്തിന്റെ വിനിയോഗം തുടങ്ങി ഓരോന്നിലും നവീനതകൾ സൃഷ്ടിച്ചു. *സ്വപ്നാടനം* മുതൽ *ഇലവങ്കോട് ദേശം* വരെയുള്ള ചലച്ചിത്രങ്ങൾ ഇതിന്റെ സാക്ഷ്യങ്ങളാണ്. മലയാളിയുടെ ചലച്ചിത്രകലയെ പുതിയ കാലത്തിലേക്ക് ആനയിക്കാൻ കെ ജി ജോർജിനു കഴിഞ്ഞു.

കച്ചവട സിനിമകളുടെ ആധിപത്യവും ആർട്ട് സിനിമകൾ എന്നു വിളിക്കുന്ന ചലച്ചിത്രധാരകളുടെ സജീവസാന്നിദ്ധ്യവുമായപ്പോഴാണ് കെ ജി ജോർജ് ചലച്ചിത്രങ്ങൾ സൃഷ്ടിച്ചത്. ഈ വ്യത്യസ്ത ധാരകൾക്കിടയിലൂടെ പുതിയ ചലച്ചിത്രാനുഭവം രൂപപ്പെടുത്താനാണ് അദ്ദേഹം ശ്രമിച്ചത്. അതിഭാവുകത്വത്തിന്റെ വഴികളിലേക്ക് കടന്നുപോകാതെ, വിരസമായ ദൃശ്യാഖ്യാനങ്ങളുടെ ധാരകൾ സ്വീകരിക്കാതെ പുതിയൊരു ചലച്ചിത്ര സംവേദനലോകം കണ്ടെത്തി. അത് മലയാള സിനിമയുടെ ചരിത്രത്തിന്റെ ഭാഗമായി. *സ്വപ്നാടനം, കോലങ്ങൾ, യവനിക, ആദാമിന്റെ വാരിയെല്ല്, ഇരകൾ* തുടങ്ങിയവ എന്നും ഓർക്കുന്ന ചലച്ചിത്ര ശില്പങ്ങളാണ്. ചലച്ചിത്ര വിദ്യാർത്ഥികൾക്ക് എന്നും പാഠപുസ്തകമാണ് ഈ ചലച്ചിത്രങ്ങൾ.

കെ ജി ജോർജിന്റെ ഈ സവിശേഷ ചലച്ചിത്ര ലോകത്തെ സമഗ്രമായി അവതരിപ്പിക്കുകയാണ് പത്രപ്രവർത്തകനും കഥാകൃത്തുമായ വിനു ഏബ്രഹാം. സംവിധാനകല, തിരക്കഥ, പ്രമേയങ്ങൾ തുടങ്ങി ഓരോന്നും വിശദമായി ചർച്ച ചെയ്യുന്നു. കെ ജി ജോർജിന്റെ ജീവിത രേഖാചിത്രവും വരയ്ക്കുന്നു. മലയാള ചലച്ചിത്രകലയിൽ സമഗ്രമായ പരിണാമം സൃഷ്ടിച്ച കെ ജി ജോർജിനെക്കുറിച്ചുള്ള ഈ പുസ്തകം നവകേരളശില്പികൾ എന്ന പരമ്പരയിൽ അവതരിപ്പിക്കാൻ സന്തോഷമുണ്ട്. ഒരു കാലഘട്ടത്തെക്കുറിച്ചും ആധുനിക ചലച്ചിത്രകലയെക്കുറിച്ചും കൂടുതൽ അറിയാൻ ഈ പുസ്തകം പ്രേരിപ്പിക്കുമെന്ന് കരുതുന്നു.

പ്രദീപ് പനങ്ങാട്
എഡിറ്റർ
നവകേരളശില്പികൾ
ജീവചരിത്ര പരമ്പര

ആമുഖം

ഇരുപത്തിയൊന്നാം നൂറ്റാണ്ടിന്റെ രണ്ടാമത്തെ പതിറ്റാണ്ടിന്റെ നടുമുറിയിലെത്തി നില്ക്കുമ്പോൾ വിശ്വസിക്കാൻ പ്രയാസം തോന്നുന്ന ഒരു കാര്യമുണ്ട്. ഏതാണ്ട് കാൽ നൂറ്റാണ്ടിനപ്പുറത്ത് ഹൃദ്യമായ കലാത്മകതയും ജീവിതയാഥാർത്ഥ്യബോധവുമുള്ള സിനിമകൾ മലയാളനാട്ടിൽ ഉണ്ടാകുകയും അവയ്ക്ക് വലിയ സാമ്പത്തിക കേടുപാടുകളില്ലാതെ തിയേറ്ററുകളിൽ ഓടാൻ തക്ക പ്രേക്ഷകസഹൃദയത്വം ഇവിടെ നിലനില്ക്കുകയും ചെയ്തിരുന്നു എന്നതാണത്. മലയാള സിനിമയുടെ പുതിയ കാലത്ത് ഇത് ഒരു കെട്ടുകഥപോലെ അവിശ്വസനീയമായിരിക്കുന്നു.

അങ്ങനെയൊരു സുവർണ്ണകാലത്തിന്റെ പ്രതിനിധിയാണ് ഇന്നും നമ്മോടൊപ്പമുള്ള കെ ജി ജോർജ്. അക്കാലഘട്ടത്തിലെ ചലച്ചിത്രകാരന്മാർക്കിടയിൽ, തന്റെ സംഭാവനകളുടെ മൂല്യത്തോട് തുലനം ചെയ്യുമ്പോൾ ഏറ്റവും കുറവ് അളവിൽ മാത്രം ആദരിക്കപ്പെടുകയും ആഘോഷിക്കപ്പെടുകയും ചെയ്തിട്ടുള്ളത് മറ്റാരുമായിരിക്കുകയുമില്ല. സിനിമ എന്ന മാധ്യമത്തിന് മേൽ ഇത്രകണ്ട് സുശിക്ഷിതവും എന്നാൽ അങ്ങേയറ്റം സൗന്ദര്യപരവുമായ കൈയടക്കം ജോർജിനോളം മറ്റാർക്കെങ്കിലും ആ കാലഘട്ടത്തിൽ, ഒരുപക്ഷേ, അടൂർ ഗോപാലകൃഷ്ണനൊഴികെ, ഉണ്ടായിരുന്നോ എന്നത് ചിന്തനീയമായ വിഷയമാണ്.

കോളേജിൽ പഠിക്കുന്ന കാലത്താണ് ജോർജ്സാറിന്റെ സിനിമകളുമായുള്ള എന്റെ സമ്പർക്കം ആരംഭിക്കുന്നത്. പിന്നീട് മാധ്യമപ്രവർത്തകനായപ്പോഴാണ് ഞാൻ അദ്ദേഹവുമായി നേരിട്ടിടപഴകിത്തുടങ്ങിയത്. മുഖ്യമായും മലയാളസിനിമയെക്കുറിച്ചുള്ള ചില ഫീച്ചറുകൾക്ക് വേണ്ടിയുള്ള സംഭാഷണങ്ങളായിരുന്നു അവ. തൊണ്ണൂറുകൾ കാലം. അപ്പോ

ഴേക്ക് അദ്ദേഹം സജീവമായ തന്റെ ചലച്ചിത്രസപര്യയിൽനിന്നുള്ള പിന്മടക്കത്തിലായി കഴിഞ്ഞിരുന്നു. ഒരുപക്ഷേ, അങ്ങനെയൊരു പിന്മടക്കത്തിലായിരുന്നെന്ന് ജോർജ്സാറും അപ്പോൾ തിരിച്ചറിഞ്ഞിട്ടുണ്ടാവില്ല. ആ കാലത്തും അദ്ദേഹം തന്റെ മനസ്സിലുള്ള നിരവധി ഗംഭീര സിനിമാ പ്രോജക്ടുകളുടെ ആശയങ്ങൾ എന്നോട് പങ്കുവച്ചിരുന്നു. സി വി ബാലകൃഷ്ണന്റെ *കാമമോഹിതം* എന്ന നോവലിനെ ആസ്പദമാക്കി മമ്മൂട്ടിയും മോഹൻലാലും ഒക്കെ അണിനിരക്കുന്ന അതേ പേരിലുള്ള സിനിമ അവയിലൊന്ന് മാത്രം.

പക്ഷേ, കാലം മാറുകയായിരുന്നു. ഇവിടെ തുടക്കത്തിൽ പറഞ്ഞ മലയാളസിനിമയുടെ ആ സുവർണ്ണകാലം കഴിഞ്ഞിരുന്നെന്ന് അപ്പോൾ ആരും മനസ്സിലാക്കിയിരുന്നില്ല. *കാമമോഹിതം* പോലെയുള്ള ജോർജ്സാറിന്റെ പദ്ധതികൾ വെറുമൊരു സ്വപ്നം മാത്രമായി അവശേഷിപ്പിക്കാൻ പോന്ന ആസുരത മലയാളസിനിമയെ ഗ്രസിച്ചു കഴിഞ്ഞിരുന്നു. സംവിധായകനും തിരക്കഥാകൃത്തും വെറും നോക്കുകുത്തികൾ മാത്രമാകുകയും താരകോയ്മകൾ സിനിമയെ ഭരിച്ച് തുടങ്ങുകയും ചെയ്തിടത്ത്, കെ ജി ജോർജിനെ പോലെയുള്ളവരുടെ പ്രസക്തി നഷ്ടപ്പെടുകയായിരുന്നു. *ഇലവങ്കോട് ദേശം* എന്നൊരു സിനിമയിലൂടെ അദ്ദേഹവും ആ പാഠം പഠിച്ചു. എന്തായിരുന്നാലും ആ കാലത്തും സിനിമയെക്കുറിച്ച് ജോർജ്സാറിനോട് സംവദിക്കുക എന്നതൊരു അനുഭവം തന്നെയായിരുന്നു. മനസ്സ് നിറയെ ഉദാത്ത സിനിമാ സങ്കല്പങ്ങൾ നിറഞ്ഞു നില്ക്കുന്ന ആ മനുഷ്യനിൽനിന്ന് ഉതിർന്നിരുന്ന സിനിമാ ഭാഷണം ഹൃദ്യമായിരുന്നു. ജോർജ്സാറിന്റെ മികച്ച ഒരു സിനിമ കാണുന്ന അനുഭവത്തിന്റെ ചെറുതല്ലാത്ത മാത്രയിലുള്ള ഒരനുഭവം.

ഇതുകൊണ്ടൊക്കെ തന്നെ ചിന്ത പബ്ലിഷേഴ്സിന്റെ നവകേരളശില്പികൾ പുസ്തകപരമ്പരയിൽ കെ ജി ജോർജിനെക്കുറിച്ച് ഒരു പുസ്തകം തയ്യാറാക്കണമെന്ന് പരമ്പരയുടെ എഡിറ്റർ ആയ ശ്രീ. പ്രദീപ് പനങ്ങാട് എന്നോട് അഭ്യർത്ഥിച്ചപ്പോൾ തികഞ്ഞ സന്തോഷത്തോടെയും ഉത്സാഹത്തോടെയുമാണ് ആ നിയോഗം ഏറ്റെടുത്തത്. അർഹിക്കുന്ന അംഗീകാരം കിട്ടിയിട്ടില്ലെന്ന് ഞാൻ ഉറച്ച് വിശ്വസിക്കുന്ന എന്റെ പ്രിയപ്പെട്ട ചലച്ചിത്രകാരന് ഈ പുസ്തകം നിമിത്തം ഒരു എളിയ സഹൃദയ ശ്രദ്ധ, പ്രത്യേകിച്ച് ജോർജ്സാർ സജീവമല്ലാതായശേഷം പിറന്ന് വീണ ഒരു തലമുറ ഇന്നത്തെ സജീവ സിനിമാ പ്രേക്ഷകരായി നിലകൊള്ളുന്ന സാഹചര്യത്തിൽ, ഇനിയും അദ്ദേഹത്തിന് ലഭിച്ചേക്കാം എന്നൊരു പ്രതീക്ഷ ആ ഉദ്യമത്തിന്റെ വഴിയേ ചരിക്കാൻ എന്നെ കൂടുതൽ ഊർജ്ജസ്വലനാക്കി.

ഇതിലേക്ക്, മുൻകാലങ്ങളിൽ ഞാൻ പലപ്പോഴായി ജോർജ്സാറുമായി നടത്തിയിട്ടുള്ള സംഭാഷണങ്ങൾക്ക് പുറമേ, എന്നെ ഏറെ സഹായിച്ച ചില രചനകളുണ്ട്. ശ്രീ. എം എസ് അശോകൻ എഴുതിയ *ഫ്ളാഷ് ബാക്ക് എന്റെയും സിനിമയുടെയും* എന്ന കെ ജി ജോർജിന്റെ ആത്മക

ഥയാണ് ഇതിൽ ഏറ്റവും പ്രധാനപ്പെട്ടത്. ഒപ്പം 'യാഥാർത്ഥ്യത്തിന്റെ ആത്മകഥാഭാവങ്ങൾ' എന്ന പേരിലുള്ള കെ ബി വേണു, കെ ജി ജോർജുമായി നടത്തിയ അഭിമുഖം (*മാതൃഭൂമി ഓണപ്പതിപ്പ്* 2004), 'പൂർത്തീകരിക്കാത്ത മോഹങ്ങളുടെ ഓർമ്മ' എന്ന പേരിലുള്ള കെ ജെ ജോണി കെ ജി ജോർജുമായി നടത്തിയ സംഭാഷണം (*ഭാഷാപോഷിണി* വാർഷികപ്പതിപ്പ് 2007) എന്നിവയും ഈ പുസ്തകരചനയെ വളരെ സഹായിച്ചു. ഈ സന്ദർഭത്തിൽ എം എസ് അശോകൻ, കെ ബി വേണു, കെ ജെ ജോണി എന്നിവരോടുള്ള എന്റെ നിസ്സീമമായ കടപ്പാടും നന്ദിയും രേഖപ്പെടുത്തട്ടെ.

ജോർജ്സാറിന്റെ സിനിമകൾ നല്കിയ ധന്യത ആവോളം അനുഭവിച്ചിട്ടുള്ള സഹൃദയർക്കും അദ്ദേഹത്തിന്റെ സിനിമകളുമായി വേണ്ടത്ര പരിചയമില്ലാത്ത പുതുതലമുറയ്ക്കും ഈ പുസ്തകം വ്യത്യസ്തതലങ്ങളിൽ ആസ്വദിക്കാനാവുമെന്ന് വിനയപൂർവ്വം പ്രതീക്ഷിക്കുന്നു. കെ ജി ജോർജ് എന്ന വലിയ കലാകാരനിൽനിന്ന് ഇനിയും മഹത്തായ സൃഷ്ടികൾ ചലച്ചിത്രലോകത്തിന് ലഭിക്കട്ടെ എന്ന ഒരു മോഹവും അദ്ദേഹത്തിന്റെ മറ്റാസ്വാദകർക്കൊപ്പം പങ്കുവയ്ക്കുന്നു.

വിനു ഏബ്രഹാം

1

നിറങ്ങൾക്കിടയിൽ നിറപ്പകിട്ടില്ലാതെ

കലാപാരമ്പര്യമുള്ള ഒരു കുടുംബത്തിലാണോ കെ ജി ജോർജ് ജനിച്ചത് എന്ന് ചോദിച്ചാൽ പെട്ടെന്നുള്ള ഉത്തരം അല്ല എന്നായിരിക്കും. എന്നാൽ ആ ഉത്തരം അത്ര ശരിയുമായിരിക്കില്ല. ലോറികളുടെ ബോഡികൾക്കും കച്ചവടസ്ഥാപനങ്ങളുടെ പരസ്യപ്പലകകൾക്കും എഴുത്തും ചിത്രവേലയോടു കൂടിയ പെയിന്റിങ് പണിയും ചെയ്തിരുന്ന ഒരാൾ കലാകാരനല്ലേ എന്ന ചോദ്യമാണ് ആ സന്ദിഗ്ദ്ധതയ്ക്ക് കാരണം.

എന്തായിരുന്നാലും അങ്ങനെയൊരാളുടെ മകനായി ജനിച്ച ജോർജ് ബാല്യ കൗമാരകാലങ്ങളിൽ തന്റെ അപ്പനൊപ്പം ആ പണിയിൽ ഒരു സഹായിയായിരുന്നു. പില്ക്കാലത്ത് ജോർജ് തന്നെ പറഞ്ഞിട്ടുണ്ട്:

> ലോറിയുടെ ബോഡി പണിയുമ്പോൾ അതിനകത്ത് കലയുണ്ട്. മെക്കാനിസമുണ്ട്. സിനിമയുടെ പ്രധാനപ്പെട്ട എലമെന്റുകളിലൊന്ന് ഇതൊരു കലയുമാണ്, മെക്കാനിസവുമാണ് എന്നതാണ്. ഉദാത്തമായ സിനിമയെന്ന് പറയുന്നത് നല്ല ക്രാഫ്റ്റുള്ള സിനിമ കൂടിയാണ്. സിനിമാക്കാരൻ എന്ന് പറയുന്നത് ഒരു ആർട്ടിസ്റ്റല്ല ആർട്ടിസാൻ എന്ന് വിശ്വസിക്കുന്ന ആളാണ് ഞാൻ. ശരിക്കും അതൊരു കൈത്തൊഴിലാണ്. ലോറിയുടെ ബോഡി ബോൾട്ടിട്ട് മുറുക്കുന്നത് ഞാൻ സിനിമ ചെയ്യുമ്പോൾ നല്ലൊരു ക്രാഫ്റ്റ്സ്മാൻ ആകാൻ എന്നെ സഹായിച്ചിട്ടുണ്ട്.

വിശ്രുത ജർമ്മൻ ചലച്ചിത്രസംവിധായകൻ വെർണർ ഹെർസോഗും പറഞ്ഞ് വച്ചിട്ടുള്ളത് ഇത് തന്നെയാണ്; "സിനിമ എന്നത് മുഖ്യമായി ഒരു കായിക കലയാണ്. കലാപരമായി അന്തർമ്മുഖത്വത്തേക്കാൾ അതാവശ്യപ്പെടുന്നത് കായിക ക്ഷമതയാണ്." ദുർഘടവനാന്തരങ്ങളും, പർവ്വ

തസാനുക്കളും, ചെന്നെത്താൻ പ്രയാസമുള്ള വിദൂരഭൂവിഭാഗങ്ങളും തന്റെ പ്രമേയങ്ങൾക്ക് പശ്ചാത്തലങ്ങളാക്കിയിട്ടുള്ള ഹെർസോഗിൽനിന്ന് ഈ പ്രസ്താവം ഏറ്റവും സ്വാഭാവികം തന്നെ. അതേസമയം അത്തരം വൈചിത്ര്യമാർന്ന പശ്ചാത്തലങ്ങൾ തന്റെ സിനിമകൾക്കില്ലെങ്കിലും ശില്പ വൈദഗ്ദ്ധ്യത്തിൽ (Craftsman ship) അദ്വിതീയനായ ജോർജ്, തന്റെ കലാവ്യക്തിത്വ രൂപീകരണത്തിന്റെ വേരുകൾ ആർട്ടിസാൻ ആയിരുന്ന അപ്പനിലേക്ക് തേടി, അതിനെ സിനിമയ്ക്ക് ഒരു കായിക നിർവ്വചനമാക്കി തീർക്കുമ്പോൾ അതും സ്വാഭാവികമാകുന്നു.

അച്ചായൻ എന്ന് ജോർജ് വിളിക്കുന്ന തന്റെ പിതാവിന്റെ കൈയിലിരുന്ന് തന്നെയാണ് അദ്ദേഹം സിനിമ ആദ്യമായി കണ്ടത്. നാലോ അഞ്ചോ വയസ്സ് പ്രായമുള്ളപ്പോൾ തിരുവല്ലയിലെ വിക്ടറി തിയേറ്ററിൽ *ചന്ദ്രലേഖ* എന്ന സിനിമ കണ്ടതാണ് ഇതിനെക്കുറിച്ചുള്ള ജോർജിന്റെ ആദ്യ ഓർമ്മ. ആ ആദ്യകാഴ്ചയിൽത്തന്നെ ജോർജിലേക്ക് സിനിമ അത്ഭുതകരമായ, മോഹനീയമായ ഒരനുഭവമായി കടന്നുവരികയായിരുന്നു.

ഹരിപ്പാട് സ്വദേശിയായ സാമുവൽ തൊഴിൽ സംബന്ധമായ ഊര് ചുറ്റലിനിടയിൽ തിരുവല്ലയിലെത്തി ആ നാട്ടുകാരിയായ അന്നാമ്മയെ വിവാഹം കഴിച്ചുണ്ടായ മൂത്തപുത്രനാണ് ജോർജ്. ജീവിതത്തെ വളരെ ലാഘവബുദ്ധ്യാ കണ്ടിരുന്ന ഒരാളായ സാമുവൽ സുഹൃത്തുക്കളും കള്ളും കഞ്ചാവും തമാശകളുമൊക്കെയായി ജീവിതത്തെ ആഘോഷമാക്കി മാറ്റിയിരുന്നു. അതിനാൽത്തന്നെ ജോർജിന് ഓർമ്മ വയ്ക്കുന്ന കാലത്തൊന്നും ആ കുടുംബത്തിന് സ്വന്തമായ വീടില്ലായിരുന്നു.

അതേസമയം അന്നാമ്മ കഠിനമായി അദ്ധ്വാനിക്കുകയും ജീവിതത്തിന്റെ രണ്ടറ്റങ്ങൾ കൂട്ടിക്കെട്ടാൻ സദാ ബുദ്ധിമുട്ടുകയും ചെയ്തിരുന്നു. കന്നുകാലി വളർത്തലും ചെറിയ ചിട്ടികളും ചെറിയ പുറംജോലികളും ഒക്കെ ഏറ്റെടുത്താണ് കുടുംബകാര്യങ്ങൾ മുന്നോട്ട് നീക്കിയിരുന്നത്. അമ്മ ജോർജിന്റെ ജീവിതത്തിലെ വലിയൊരു സ്വാധീനമായിരുന്നു. വറുതികൾക്കിടയിലും ജോർജിന്റെ ആഗ്രഹങ്ങൾക്കൊത്ത് കാര്യങ്ങൾ ചെയ്തുകൊടുക്കാൻ ആ സാധു സ്ത്രീ പരിശ്രമിച്ചു. വായനയിലേക്ക് തിരിച്ചതും ജോർജിന്റെ ഇഷ്ടപ്രകാരം സ്വന്തം വഴി കണ്ടെത്താൻ ധൈര്യം നല്കിയതും അമ്മയാണ്. ഏറെ ബുദ്ധിമുട്ടി അവർ ജോർജിനെ വിദ്യാഭ്യാസം ചെയ്യിപ്പിച്ചു. പില്ക്കാലത്ത് ജോർജിന്റെ എല്ലാ സിനിമകളും കണ്ടിട്ടുള്ള അവർ ജോർജിനെ ബൗദ്ധികമായി ഉയർന്ന തലത്തിലുള്ള സിനിമകൾ എടുക്കുന്ന സംവിധായകൻ എന്ന നിലയിൽ മനസ്സിലാക്കുകയും ചെയ്തിരുന്നു.

കുട്ടിക്കാലത്ത് വിക്ടറി തീയേറ്ററിൽ നിന്ന് ശേഖരിക്കുന്ന ഫിലിം തുണ്ടുകൾ വീട്ടിൽക്കൊണ്ടു വന്ന് വീട് മേഞ്ഞിരുന്ന ഓലക്കീറുകൾക്കിടയിലൂടെ അരിച്ചുവരുന്ന സൂര്യപ്രകാശം ലെൻസിലൂടെ ആ തുണ്ടുകളിൽ പതിപ്പിച്ച് ചുമരിലോ വലിച്ചു കെട്ടിയ തുണിയിലോ 'സിനിമ' കാണു

ന്നത് അക്കാലത്തെ ജോർജിന്റെ കൗതുകങ്ങളിലൊന്നായിരുന്നു. ഒപ്പം സിനിമാ നോട്ടീസുകൾ ശേഖരിക്കുന്ന ശീലവുമുണ്ടായിരുന്നു. അന്ന് ശേഖരിച്ച നോട്ടീസുകളിൽ പലതും ഇപ്പോഴും ജോർജിന്റെ കൈവശ മുണ്ട് എന്നത് രസകരമാണ്.

മുന്നേപറഞ്ഞത് പോലെ സ്വന്തം വീടില്ലാതിരുന്നതിനാൽ സാമുവൽ തന്റെ തൊഴിൽ സാഹചര്യങ്ങൾക്കനുസൃതമായി വർഷാവർഷം തിരുവ ല്ലയിലും ചങ്ങനാശ്ശേരിയിലുമൊക്കെയുള്ള ചെറിയ വാടകവീടുകളിൽ മാറി മാറി താമസിച്ചു. കുട്ടിക്കാലം മുതലേ അപ്പന്റെ പെയിന്റിങ് പണി കളിൽ ഒപ്പം കൂടിയ ജോർജ് സ്കൂളിലെ ഡ്രോയിങ്, പെയിന്റിങ് മത്സര ങ്ങളിൽ ഒന്നാം സ്ഥാനം തന്നെ കരസ്ഥമാക്കി.

തിരുവല്ലയിലെ എസ് സി സെമിനാരി ഹൈസ്കൂളിലായിരുന്നു ജോർജിന്റെ സ്കൂൾവിദ്യാഭ്യാസം. ഹൈസ്കൂൾ കാലമായപ്പോഴേക്ക്, ജോർജിന്റെ കുടുംബം ചങ്ങനാശ്ശേരിയിലായിരുന്നു താമസം. അന്ന് ബസിൽ കൺസഷൻ ടിക്കറ്റൊക്കെ നടപ്പിലുണ്ടെങ്കിലും ഒരുമിച്ച് അഞ്ച് രൂപയൊക്കെ അതിനായി മുൻപേറായി മുടക്കാൻ ശേഷിയില്ലാത്തതിനാൽ നിത്യവും പണം കൊടുക്കാതെയായിരുന്നു ചങ്ങനാശ്ശേരിക്കും തിരുവല്ല യ്ക്കുമിടയിലുള്ള യാത്രകൾ. പണമില്ലാത്ത സമയങ്ങളിൽ ഈ രണ്ട് സ്ഥലങ്ങൾക്കുമിടയിലുള്ള ആറ് മൈൽ ദൂരം പലപ്പോഴും ആ കുട്ടി നടന്ന് തീർക്കുകയും ചെയ്തിരുന്നു.

എന്നാൽ സാമ്പത്തികമായി പിന്നോക്കം നില്ക്കുന്ന ഈ അവസ്ഥ യിലും ജോർജിന് മറ്റ് സ്കൂൾക്കുട്ടികൾക്കൊന്നും ലഭിക്കാത്ത ഒരു സൗഭാഗ്യം സിദ്ധിച്ചിരുന്നു. അപ്പനുമൊത്തുള്ള പെയിന്റിങ്-ബോർഡ് എഴുത്ത് പണികളിൽനിന്ന് കുറച്ച് പണമുണ്ടാക്കാൻ ജോർജിന് സാധി ച്ചിരുന്നു. സ്വന്തമായി കൈവന്ന ആ പണം വച്ച് പലയിടങ്ങളിലും പോയി സിനിമ കാണാൻ കഴിയുക എന്നതായിരുന്നു ആ സൗഭാഗ്യം. കുട്ടി എവിടെ പോകുന്നുവെന്ന ചോദ്യമൊന്നും വീട്ടിലില്ലായിരുന്നുതാനും. 13 -14 വയസ്സുള്ളപ്പോൾ തന്നെ, ഒറ്റയ്ക്ക് സിനിമ കാണാൻ പോയിത്തുടങ്ങി.

ഇതിനോടൊപ്പം ഒരു ചിത്രകാരൻ എന്ന നിലയിൽ സ്കൂളിൽ പഠി ക്കുമ്പോൾ തന്നെ സഹപാഠികളിൽനിന്നും അദ്ധ്യാപകരിൽനിന്നും ജോർജിന് ധാരാളം സ്നേഹബഹുമാനങ്ങൾ കിട്ടിയിരുന്നു. അക്കാലത്ത് ജോർജിന് സ്കൂൾവൃത്തത്തിൽ വലിയ മതിപ്പ് നേടിക്കൊടുത്ത ഒരു ചിത്രം മഹാത്മാഗാന്ധിയെ ഒരു ഓയിൽ പെയിന്റിങ്ങായി വരച്ചതായിരു ന്നു. വളരെ ബദ്ധപ്പെട്ട് സാധാരണ കടലാസിലാണ്, ഓയിൽ പെയിന്റിൽ ആ ചിത്രം വരച്ചത്. അതേപോലെ എം ജി ആർ, പ്രേംനസീർ എന്നിവരു ടെയും ചിത്രങ്ങൾ വരച്ച് സ്കൂളിൽ ആരാധകരെ സൃഷ്ടിച്ചിരുന്നു.

ചിത്രകാരനെന്ന നിലയിൽ പെൺകുട്ടികൾ വലിയ ആരാധനയോ ടെയാണ് ജോർജിനെ കണ്ടിരുന്നത്. കാരിക്കേച്ചർ രീതിയിലും അല്ലാ തെയുമൊക്കെയായി അവരുടെ ചിത്രങ്ങൾ വരച്ചു കൊടുത്തിരുന്നത് അവ രുടെ വിലപ്പെട്ട സമ്മാനങ്ങളായി വീട്ടിൽ സൂക്ഷിച്ചിരുന്നു. ചിത്രകാരന്റെ

മുഖത്തേക്ക് നേരെ നോക്കുന്ന രീതിയിലുള്ള Frontal മുഖചിത്രങ്ങളായിരുന്നു പെൺകുട്ടികൾക്ക് പ്രിയം. പതിനഞ്ച്, പതിനാറ് വയസ്സ് ഘട്ടത്തിൽ ജോർജ് പണമുള്ള വീടുകളിൽ ചെന്ന് അവിടങ്ങളിലെ പെൺകുട്ടികളുടെ ട്രങ്ക്പെട്ടികളിൽ പേരെഴുതി വയ്ക്കുന്നപണിയും ചെയ്തിരുന്നു. പെൺകുട്ടികൾ വീട് വിട്ട് ഹോസ്റ്റലുകളിലേക്ക് കൊണ്ടുപോകാനുള്ളതാണ് പെട്ടികൾ. പെട്ടി പെയിന്റ് ചെയ്തശേഷം അവരുടെ പേരുകൾ ചെറിയ ബ്രഷുകൊണ്ട് അതിലെഴുതും. ഇക്കാലത്തുതന്നെ ഏതെങ്കിലും വീട്ടിൽ ബെൻസ് ലോറികളൊക്കെ കൂട്ടിയിട്ട് പെയിന്റടിച്ചശേഷം അവയ്ക്ക് പേരെഴുതാനും ചില ആർട്ട് വർക്കുകൾ നടത്താനും ജോർജ് പോയിരുന്നു.

പിന്നീട് ചിത്രംവര ഗൗരവമായി പിന്തുടർന്നില്ലെങ്കിലും ഒരു ചലച്ചിത്രകാരൻ എന്ന നിലയിൽ തന്നിലെ സൗന്ദര്യബോധവും ദൃശ്യപരിചരണവുമൊക്കെ നിർണ്ണയിക്കുന്നതിൽ ആദ്യകാലത്തെ ചിത്രരചനാ ശീലങ്ങൾക്ക് വലിയ പങ്കാണ് എന്ന് തന്നെ ജോർജ് വിശ്വസിക്കുന്നു. പ്രാഥമികമായും ഒരു ദൃശ്യകലാരൂപമായ സിനിമയിൽ സംവിധായകന് ഒരു ചിത്രകാരന്റെ കണ്ണുകൂടി ഉണ്ടായിരുന്നാലുള്ള കലാത്മകതയുടെ പോഷണം എത്രമാത്രം ഉണ്ടാകും എന്ന് പ്രത്യേകിച്ച് പറയേണ്ടതില്ലല്ലോ.

ഇതിനിടെ ആദ്യതവണ എസ് എസ് എൽ സി പരീക്ഷയിൽ ജോർജ് പരാജയം രുചിച്ചു. നിസ്സാരമായ മൂന്നോ നാലോ മാർക്കിന് ഇംഗ്ലീഷ് പേപ്പറിൽ തോറ്റതാണ് ഇതിന് കാരണമായത്. പക്ഷേ, അടുത്ത സെപ്തംബറിൽ പരീക്ഷയിൽ സ്വന്തമായിരുന്ന് തന്നെ പഠിച്ച് നല്ല മാർക്കോടെ ഇംഗ്ലീഷ് പരീക്ഷയും പാസായി.

തുടർന്ന് പ്രീ യൂണിവേഴ്സിറ്റി ഡിഗ്രി പഠന കാലയളവിലാണ് ജോർജിന്റെ ജീവിതത്തെ നിർണ്ണായകമായ രീതിയിൽ സ്വാധീനിച്ച വായനയുടെയും സിനിമ കാണലിന്റെയും അദ്ധ്യായങ്ങൾ ആരംഭിക്കുന്നത്. ഹൈസ്കൂൾ പഠനകാലത്ത്, തിരുവല്ലയിൽ അമേരിക്കയിൽ നിന്നെത്തിയിരുന്ന സന്നദ്ധ സംഘമായ 'പീസ് കോർപ്സിലെ ചില സായ്പന്മാരുമായുള്ള കത്തിടപാടുകൾ നിലനിർത്തുക വഴി അവരിൽ നിന്ന് *റ്റൈം, സാറ്റർഡേ ഈവനിങ് പോസ്റ്റ്, ന്യൂസ് വീക്ക്* തുടങ്ങിയ അഭിജാതമായ, അക്കാലത്ത് അന്യഥാ കിട്ടാൻ പ്രയാസമായിരുന്ന വാരികകൾ ജോർജിന് തപാലിൽ ലഭിച്ചിരുന്നു. ഇവയുടെയൊക്കെ വായന വിശാലമായ ഒരു ലോകവീക്ഷണത്തിനും ഇംഗ്ലീഷ് ഭാഷയെക്കുറിച്ചുള്ള സ്വന്തമായ ഒരനുശീലനത്തിനും ജോർജിനെ സഹായിച്ചു. അന്ന് വിദേശത്തേക്കുള്ള കത്തിടപാടുകളിൽ എലിസബത്ത് ടെയ്ലറോടുള്ള തന്റെ ആരാധന മൂത്ത് ജോർജ്ജ് ടെയ്ലർ എന്ന് സ്വന്തം പേരെഴുതിയിരുന്നത് കൗതുകകരമായ ഓർമ്മയാണ്! പുറം പണികളിൽനിന്ന് കിട്ടിയിരുന്ന പണം കൊണ്ട് ബ്ലിറ്റ്സ്, ഫിലിം ഫെയർ, പിക്ചർ ഫെസ്റ്റ് തുടങ്ങിയ പ്രസിദ്ധീകരണങ്ങളും വാങ്ങിക്കും. ആദ്യകാലത്ത് ഉണ്ടായിരുന്ന പൈങ്കിളി വായനയിൽ നിന്ന് ഇക്കാലമായപ്പോഴേക്ക് ഗൗരവപൂർണ്ണമായ സാഹിത്യത്തി

ലേക്ക് ശ്രദ്ധതിരിഞ്ഞു. ബഷീറും പൊൻകുന്നം വർക്കിയുമൊക്കെ വായനയിൽ സജീവ സാന്നിദ്ധ്യങ്ങളായി. വെറും പ്രാഥമിക വിദ്യാഭ്യാസം മാത്രമുള്ള തന്റെ അമ്മയാണ് ഈ വഴിതിരിച്ച് വിടലിന് പിന്നിലുണ്ടായിരുന്നതെന്നും ഇപ്പോൾ ഓർക്കുമ്പോൾ ജോർജിന് അത്ഭുതകരമായ കാര്യമാണ്. ഉറച്ച ക്രൈസ്തവവിശ്വാസിയായിരുന്ന അമ്മ പള്ളി വിരുദ്ധനായ പൊൻകുന്നംവർക്കിയെ വായിക്കാൻ പ്രേരിപ്പിച്ചു എന്നതും വിസ്മയകരമാണ്. അതേപോലെ മതവിശ്വാസം പിന്തുടരാതിരിക്കുക എന്ന ജോർജിന്റെ അന്നേയുള്ള ജീവിതസമീപനത്തിനും അമ്മ യാതൊരു എതിരും പറഞ്ഞിട്ടില്ല.

ചങ്ങനാശ്ശേരി എൻ എസ് എസ് കോളേജിൽ ഡിഗ്രിക്ക് പൊളിറ്റിക്കൽ സയൻസ് പഠിക്കവെ, കോളേജ് വിട്ട് വൈകുന്നേരം തിരുവല്ലയിലെത്തുമ്പോൾ സാഹിത്യപ്രിയരായ ഒരുപറ്റം സുഹൃത്തുക്കളുമൊത്തുള്ള ചർച്ചകൾ പതിവായിരുന്നു. റഷ്യൻ ക്ലാസിക്കുകളുടെ വിവർത്തനങ്ങളും അമേരിക്കൻ പൾപ്പ് ഫിക്ഷനുമൊക്കെ നിറഞ്ഞുനിന്ന ഒരു വായനക്കാലമായിരുന്നു അത്. മനശ്ശാസ്ത്രപരമായ പുസ്തകങ്ങളുടെ വായനയും സജീവമായിരുന്നു. മനശ്ശാസ്ത്രത്തിന്റെ ഉൾക്കാഴ്ചകൾ എന്തിലും പ്രധാനമാണ്, സിനിമയിലും സാഹിത്യത്തിലുമൊക്കെ മനശ്ശാസ്ത്രപരമായ സമീപനം അഭികാമ്യമാണ് എന്ന ധാരണ പ്രബലമായ കാലവുമായിരുന്നു അത്. പില്ക്കാലത്ത് ജോർജിന്റെ ആദ്യ സിനിമ *സ്വപ്നാടനം* എന്ന സൈക്കളോജിക്കൽ ഡ്രാമ ആയിരുന്നു എന്നത് തീർച്ചയായും ആ കാലത്തിന്റെ ഗുണപരമായ സ്വാധീനം തന്നെയായി കാണാവുന്നതുമാണ്.

അറുപതുകളിൽ തന്നെയാണ് *മാതൃഭൂമി* ആഴ്ചപ്പതിപ്പിൽ ജി അരവിന്ദന്റെ *ചെറിയ മനുഷ്യരും വലിയ ലോകവും* എന്ന മലയാളത്തിലെ ആദ്യ കാർട്ടൂൺ നോവൽ തീർത്തും പുതുമയാർന്ന ഒരു വായനാനുഭവമായി മലയാളികളിലേക്കെത്തുന്നത്. ഒരു ചിത്രകാരൻ കൂടിയായ ജോർജിന്, അരവിന്ദന്റെ കാർട്ടൂൺ നോവൽ, അതിലെ ചിത്രണരീതികൾകൊണ്ടും ചിരിക്കപ്പുറം ചിന്തിപ്പിക്കുക, കാർട്ടൂൺ എന്നത് സാമൂഹ്യ രാഷ്ട്രീയ പരിതോവസ്ഥകളുടെ പ്രതിഫലനമാക്കുക എന്നൊക്കെയുള്ള പുതുമകൾ കൊണ്ടും വളരെ പ്രിയപ്പെട്ടതായി. പല പ്രധാനപ്പെട്ട സിനിമകളെക്കുറിച്ചും സാഹിത്യകൃതികളെ കുറിച്ചും അതിൽ വന്നിരുന്ന പരാമർശങ്ങൾ അവ തേടിപ്പിടിക്കുന്നതിനുള്ള വിലപ്പെട്ട ദിശാസൂചികയുമായി. കെ ബാലകൃഷ്ണന്റെ *കൗമുദി* വാരികയും അക്കാലത്തെ ആവേശകരമായ ഒരു വായനാവിഭവമായിരുന്നു.

ഇക്കാലത്ത് തന്നെ, കൊല്ലത്ത് നിന്നിറങ്ങിയിരുന്ന *സിനിരമ*യിൽ വിദേശപ്രസിദ്ധീകരണങ്ങളിലൊക്കെ വന്നിരുന്ന ഗൗരവപൂർണ്ണമായ സിനിമാലേഖനങ്ങൾ പകർത്തിയെഴുതുന്ന പതിവുണ്ടായിരുന്നു. ചില്ലറ വരുമാനം എന്നതിനപ്പുറം സിനിമ എന്ന മാധ്യമത്തോട് കൂടുതൽ അടുക്കാൻ ഈ ശീലവും ജോർജിന് സഹായകമായി.

ലോക സിനിമാ ക്ലാസിക്കുകളുമായുള്ള അടുപ്പം സംഭവിക്കുന്നതും

ഇക്കാലത്താണ്. ചങ്ങനാശ്ശേരിയിലെയും കോട്ടയത്തെയും ചില തീയറ്ററുകളിൽ ശനി, ഞായർ ദിവസങ്ങളിൽ മോണിങ് ഷോ ആയി പ്രദർശിപ്പിച്ചിരുന്ന വിദേശ സിനിമകൾ ഒന്നുപോലും വിടാതെ കാണുമായിരുന്നു. ഇൻഗ്രിഡ് ബെർഗ്മാന്റെ *അനാസ്റ്റാസ്യ*, ക്രിസ്റ്റഫർ ലീയുടെ *മമ്മി, റ്റെൻ കമാൻഡ്മെന്റ്സ്, ഡേവിഡ് ആന്റ് ഗോലിയാത്ത്,* സോഫിയാ ലോറന്റെ *ലൈറ്റ് ഓഫ് ദ ലോസ്റ്റ്* തുടങ്ങിയ ഹോളിവുഡ് ക്ലാസിക്കുകളും സത്യജിത്ത് റായിയുടെ ചിത്രങ്ങളും ഫെഡറിക്കോ ഫെല്ലിനിയുടെ *ലാ ഡോൾസിവിറ്റ* പോലെയുള്ള സിനിമകളും അന്ന് കണ്ടിരുന്നു. വിദേശ സിനിമകൾക്കൊപ്പം പ്രദർശനത്തിന്റെ ഭാഗമായി വിതരണ കമ്പനികൾ പ്രസിദ്ധീകരിച്ചിരുന്ന ബിറ്റ് നോട്ടീസുകളും ആ കാലത്തിന്റെ പ്രത്യേകതയായിരുന്നു. സിനിമയുടെ കഥാസാരവും സിനിമയുടെ അണിയറ പ്രവർത്തകരെക്കുറിച്ചും നടീനടന്മാരെക്കുറിച്ചുമുള്ള വിവരങ്ങളും അടങ്ങുന്ന, കൈ വെള്ളയിൽ നിവർത്തിവച്ച് വായിക്കാൻ മാത്രം വലിപ്പമുള്ളതായിരുന്നു ഈ ബിറ്റ് നോട്ടീസുകൾ.

ഇക്കാലയളവിലെ വിദേശ സിനിമ കാണലിലൂടെയാണ് സിനിമ എന്നുപറയുന്നത് വെറും നാടകമല്ല എന്നും ക്യാമറയ്ക്ക് അപാരമായ ദൃശ്യസഞ്ചാര സാദ്ധ്യതകളാണുള്ളതെന്നും ജോർജിന് ബോദ്ധ്യപ്പെടുന്നത്. അടിസ്ഥാനപരമായി നാടകസ്വഭാവത്തിൽ നിന്നിരുന്ന അന്നത്തെ മലയാളം തമിഴ് ചലച്ചിത്രങ്ങളിൽനിന്ന് വ്യത്യസ്തമായുള്ള കലാപരിചരണ രീതികൾ പ്രദർശിപ്പിച്ചിരുന്ന ഇത്തരം സിനിമകൾ ജോർജിനെ തന്റെ മാധ്യമത്തോട് കൂടുതൽ അടുപ്പിക്കുന്നതിന് നിമിത്തമായി. 1967 ഒക്കെയാകുമ്പോഴാണ് അടൂർ ഗോപാലകൃഷ്ണനും മറ്റും പൂനാ ഫിലിം ഇൻസ്റ്റിറ്റ്യൂട്ടിലെ പഠനം കഴിഞ്ഞ് തിരുവനന്തപുരത്തെത്തി ചിത്രലേഖ ഫിലിം സൊസൈറ്റി സ്ഥാപിക്കുകയും അതൊക്കെ സിനിമയിൽ സമൂല പരിവർത്തനത്തിന്റെ നാന്ദി കുറിക്കുന്ന ഒരു ദശയുടെ മുന്നൊരുക്കങ്ങളാകുകയും ചെയ്തിരുന്നു. ഇതിൽ നിന്നൊക്കെ ആവേശം കൊണ്ട് ജോർജ് ചില സുഹൃത്തുക്കളുമായി ചേർന്ന് തിരുവല്ലയിൽ ഒരു ഫിലിം സൊസൈറ്റി സ്ഥാപിക്കാനുള്ള ശ്രമങ്ങൾ നടത്തുകയുംചെയ്തു. ഇതിനായി തിരുവനന്തപുരത്ത് ചെന്ന് അടൂർ ഗോപാലകൃഷ്ണനെ കണ്ട് ഫിലിം സൊസൈറ്റിയുടെ റജിസ്ട്രേഷന്റെ ഏർപ്പാടുകൾ ചെയ്ത വേളയിലാണ് പൂനാ ഫിലിം ഇൻസ്റ്റിറ്റ്യൂട്ടിലെ ഒരു മാസം നീളുന്ന ഫിലിം അപ്രസിയേഷൻ കോഴ്സിലേക്കുള്ള ക്ഷണം കിട്ടുന്നത്. കോഴ്സിനെ കുറിച്ചുള്ള പരസ്യം എവിടെയോ കണ്ട് ജോർജ് അപേക്ഷിച്ചത് പ്രകാരമാണ് ആ ക്ഷണം ലഭിച്ചത്.

ഇൻസ്റ്റിറ്റ്യൂട്ടിലെ വേനലവധിക്കാലത്തുള്ള ഈ കോഴ്സിനായുള്ള യാത്ര കേരളത്തിന് പുറത്തേക്കുള്ള ജോർജിന്റെ പ്രഥമ യാത്രയുമായി. ഫിലിം ആർക്കൈവ്സിന്റെ ആഭിമുഖ്യത്തിലുള്ള കോഴ്സിന് ആർക്കൈവ്സ് ഡയറക്ടറായ പി കെ നായരാണ് നേതൃത്വം നല്കിയത്. അവിടെ എത്തിയ ദി വസം തന്നെയായിരുന്നു റേയുടെ *പഥേർ*

കെ ജി ജോർജ് യൗവനത്തിൽ

*പാഞ്ജലി*യുടെ പ്രദർശനം. എ ന്നാൽ യാത്രാക്ഷീണത്താൽ പ്രദർശനവേളയിൽ ഉറങ്ങിപ്പോയ ജോർജിന് അത് ശരിയായി കാണാൻ കഴിഞ്ഞില്ല. അതിനാൽ പിന്നീട് നായർ സാറിന്റെ സഹായത്തോടെ ഒരുവട്ടം കൂടി ആ സിനിമയുടെ പ്രദർശനം നടത്തിയാണ് ജോർജ് അത് കണ്ടത്. ക്യാമ്പിൽ കണ്ട ലോകക്ലാസിക്കുകളും ക്യാമ്പസിന്റെ അന്തരീക്ഷവും ജോർജിനെ പുതിയൊരു ലോകം കാണിച്ച് കൊടുക്കുകയായിരുന്നു.

ആ അവധിക്കാലത്തും നാട്ടിൽ പോകാതെ ക്യംപസിൽ തന്നെ കഴിഞ്ഞിരുന്ന, പില്ക്കാലത്ത് *ഏകാകിനിയും പ്രകൃതിമനോഹരി*യും പോലെയുള്ള വളരെ വ്യത്യസ്തമായ ചിത്രങ്ങൾ സംവിധാനം ചെയ്ത വിദ്യാർത്ഥിയായ ജി എസ് പണിക്കർ, ജോർജിനെ പൂനാ നഗരമെല്ലാം കൊണ്ട് നടന്ന് കാണിച്ച് കൊടുത്തു. പട്ടാള കംന്റോൺമെന്റ് ഏരിയയും മഹാനഗരത്തിന്റെ പലവിധ സവിശേഷതകളും അക്കാലത്ത് ഇന്ത്യയിലെ വൻനഗരങ്ങളിൽ അലയടിച്ചിരുന്ന ഹിപ്പി സംസ്കാരത്തിന്റെ കാഴ്ചകളും നിറഞ്ഞുനിന്ന പൂനാ നഗരവും ജോർജിനെ അതേവരെ പരിചയിച്ചിരുന്ന ജീവിതക്രമത്തിൽ നിന്ന് വ്യത്യസ്തമായ ഒരനുഭവപരിസരത്തിന് പരിചയപ്പെടുത്തിക്കൊടുത്തു. എന്തായാലും അടുത്ത വർഷം ഫിലിം ഇൻസ്റ്റിറ്റ്യൂട്ടിലെ സംവിധാന കോഴ്സിൽ വിദ്യാർത്ഥിയായി ചേരണം എന്ന തീരുമാനത്തോടെയാണ് നാട്ടിലേക്ക് മടങ്ങിയത്.

ആ തീരുമാനം വൃഥാവിലായില്ല. ചെന്നൈയിൽ വച്ച് നടന്ന പ്രവേശനപരീക്ഷ പാസായതോടെ അഭിമുഖത്തിനായി പൂനായിലേക്ക് വിളിക്കപ്പെട്ടു. ഹിന്ദി സിനിമയിലെ അതികായനായ രാജ് കപൂർ ഉൾപ്പെടെയുള്ള ഒരു പാനലായിരുന്നു അഭിമുഖം നടത്തിയത്. സിനിമ കേന്ദ്രീകരിച്ച് ജോർജ് പ്രസിദ്ധീകരിച്ചിരുന്ന ലേഖനങ്ങൾ പാനലിനെ കാണിച്ച് കൊടുത്തു. പക്ഷേ, പാനലംഗങ്ങൾക്ക് മലയാളം അറിയാത്തതിനാൽ, ജോർജ് അന്ന് തനിക്ക് കൈമുതലായുള്ള അത്ര തൃപ്തികരമല്ലാത്ത

ഇംഗ്ലീഷിൽ അവയുടെ ഉള്ളടക്കം വിശദീകരിച്ച് കൊടുക്കേണ്ടിവന്നു. എന്തായാലും സിനിമയോട് ഗൗരവപൂർണ്ണമായ താല്പര്യമുള്ള ഒരു ചെറുപ്പക്കാരനാണെന്ന് മനസ്സിലായി ആ പാനൽ ജോർജിനെ തെരഞ്ഞെടുത്തു. പിന്നീട് ജോർജിന്റെ സിനിമകളിലെ പ്രധാന കൂട്ടാളി ആയ ഛായാഗ്രാഹകൻ രാമചന്ദ്രബാബുവും ആ വർഷം തന്നെയാണ് ഇൻസ്റ്റിറ്റ്യൂട്ടിൽ ചേർന്നത്.

മലയാള സിനിമയിൽ പില്ക്കാലത്ത് ശ്രദ്ധേയരായ നടൻ മോഹൻ ശർമ്മ (നടി ലക്ഷ്മിയുടെ മുൻ ഭർത്താവ്), നടൻ രവി മേനോൻ, അന്തരിച്ച സംവിധായകൻ ആസാദ്, നടി ജമീലാ മാലക്ക്, സംവിധായകൻ ഗൗതമൻ, ഹിന്ദി സിനിമയുടെ അഭിമാന താരവും അമിതാബ് ബച്ചന്റെ പത്നിയുമായ ജയ ഭാദുരി തുടങ്ങിയവരൊക്കെ ഇൻസ്റ്റിറ്റ്യൂട്ടിൽ ജോർജിന്റെ സമകാലികരായി. ബാലു മഹേന്ദ്ര, ജോൺ എബ്രഹാം എന്നിവർ അപ്പോൾ സീനിയർ വിദ്യാർത്ഥികളായി അവിടെയുണ്ടായിരുന്നു.

ഇൻസ്റ്റിറ്റ്യൂട്ടിലെ പഠനത്തിനായുള്ള പണം കണ്ടെത്തുക എന്നത് ജോർജിന്റെ മുന്നിൽ ഒരു വിഷമസന്ധിയായിരുന്നു. കേരള ഗവൺമെന്റിന്റെ എൺപത്തിയഞ്ച് രൂപ സ്കോളർഷിപ്പ് ഒരു പ്രധാന സാമ്പത്തിക സ്രോതസ്സായിരുന്നു. ഇതിനപ്പുറം നാട്ടിൽനിന്ന് അമ്മ പശുവിനെയും ആടിനെയും വളർത്തി അവയുടെ പാല് വിറ്റ് ഉണ്ടാക്കുന്ന പൈസയിൽനിന്ന് ഒരു വിഹിതം അയച്ച് കൊടുക്കുന്നുണ്ടായിരുന്നു. ഏറെ കഷ്ടപ്പെട്ട് അമ്മ സമ്പാദിക്കുന്ന ആ പണം അമൂല്യമായിരുന്നുവെന്ന് ജോർജ് ഓർമ്മിക്കുന്നു. പക്ഷേ, മാസത്തിന്റെ പകുതിയാകുമ്പോഴേക്ക് ഈ പണമെല്ലാം തീർന്നുപോകും. അതോടെ മാസത്തിന്റെ രണ്ടാം പകുതിയിൽ തികച്ചും നിസ്വനായിട്ടാണ് ജീവിക്കുക. വിശപ്പ് അസഹനീയമാകുമ്പോൾ ഏതെങ്കിലും സുഹൃത്തുക്കളുടെ സഹായം കൊണ്ട് അതിനെ മറികടക്കാൻ ശ്രമിക്കും.

എന്നാൽ പണത്തിന്റെ കടുത്ത ഞെരുക്കത്തിനിടയിലും ജോർജിനെ സംബന്ധിച്ചിടത്തോളം പൂനാജീവിതം മോഹനീയമായ ഒരനുഭവം തന്നെയായി. യുവത്വത്തിന്റെ സഹജമായ ഉന്മേഷവും സ്വാതന്ത്ര്യത്തോടെ പെൺകുട്ടികളുമായി ഇടപഴകിയുള്ള ജീവിതവും കേരളത്തിന്റെ ഇടുങ്ങിയ വേലിക്കെട്ടുകളിൽനിന്ന് വിശാലമായ ഒരു ലോകപരിപ്രേക്ഷ്യത്തിലേക്ക് ജോർജിനെ ആനയിച്ചു. ജോർജ് സ്വയം വിശേഷിപ്പിക്കുന്നതുപോലെ താൻ ഒരു മലയാളി, ഭാരതീയൻ എന്ന നിലയിലൊക്കെ വിട്ട് 'ശരിക്കും ഒരു ഇന്റർനാഷണൽ സിറ്റിസൺ' ആയി. ഇതിനൊപ്പം ഇൻസ്റ്റിറ്റ്യൂട്ടിലേക്ക് എത്തിക്കൊണ്ടിരുന്ന ജാപ്പനീസ്, യൂറോപ്യൻ ലാറ്റിൻ അമേരിക്കൻ സിനിമകളും ആ പരിവർത്തനത്തിന് ആക്കം കൂട്ടി. മനുഷ്യൻ എന്ന സാർവ്വജനീനതയ്ക്കപ്പുറം ഓരോ സംസ്കാരത്തിനും അതിന്റേതായ ചില സവിശേഷതകൾ ഉണ്ടെന്നും ഒരുകലാകാരൻ അവയെയെല്ലാം മനസ്സിലാക്കുകയും ഉൾക്കൊള്ളുകയും ചെയ്യേണ്ടതുണ്ടെന്നുമായ ഒരു ആഗോള ഭാവുകത്വം ജോർജിലേക്ക് സംക്രമിക്കുകയായിരുന്നു.

ഇൻസ്റ്റിറ്റ്യൂട്ടിലെ പഠനകാലത്ത് തന്നെയാണ് ജോർജ് പ്രധാനപ്പെട്ട ഇന്ത്യൻ സംവിധായകരുമായും അവരുടെ സിനിമകളുമൊക്കെ അടുത്ത് പരിചയിക്കുന്നതും. സത്യജിത്ത് റേ, ഋത്വിക് ഘട്ടക്, മണി കൗൾ, മൃണാൾ സെൻ, ഐ എസ് ജോഹർ, ബിമൽ റോയ് തുടങ്ങിയവരൊക്കെ ഇൻസ്റ്റിറ്റ്യൂട്ടിൽ വരാറുണ്ടായിരുന്നു. ഇക്കൂട്ടത്തിൽ മൃണാൾ സെന്നുമായിട്ടായിരുന്നു ജോർജിന് ഏറെ അടുപ്പം. വിസിറ്റിങ് ലെക്ചറർ എന്ന നിലയിൽ വന്നുകൊണ്ടിരുന്ന മൃണാൾ സെന്നുമായുള്ള അടുപ്പം പിന്നീട് ഒരു സുഹൃദ് ബന്ധത്തിന്റെ തലത്തിലേക്ക് വളർന്നു. എന്നാൽ ഒരു ഫിലിം മെയ്ക്കർ എന്ന നിലയിൽ സെൻ തന്നെ സ്വാധീനിച്ചിട്ടില്ല എന്നും ജോർജ് വ്യക്തമാക്കുന്നു.

ഒരു ഫിലിം മെയ്ക്കർ എന്ന തലത്തിൽ തന്നെ ഏറ്റവും സ്വാധീനിച്ചിട്ടുള്ളത് ഇറ്റാലിയൻ ആചാര്യനായ ഫെഡറിക്കോ ഫെല്ലിനിയാണെന്ന് ജോർജ് പറയുന്നു. ഇൻസ്റ്റിറ്റ്യൂട്ട് പഠനകാലത്താണ് ജോർജ് ഫെല്ലിനിയുടെ സിനിമകൾ കണ്ട് തുടങ്ങിയത്. ജോർജ് പറയുന്നു, “ഫെല്ലിനിയുടെ സിനിമകൾ എന്റെ ജീവിതത്തെയും എന്റെ കലയെയും എല്ലാ അംശങ്ങളെയും സ്പർശിക്കുന്നതാണ്. ക്രൈസിസ് ഓഫ് ഫെയ്ത്ത് - വിശ്വാസത്തകർച്ച അങ്ങനെയുള്ള എലമെന്റുകൾ അദ്ദേഹത്തിന്റെ തീമാണ്. ഇതൊക്കെ എന്റെ സിനിമകളിലും ഒരു പരിധിവരെയുണ്ട്.”

2

ചില സിനിമാ സംരംഭങ്ങളും മദിരാശി കാലവും

ഫിലിം ഇൻസ്റ്റിറ്റ്യൂട്ടിലെ പഠനകാലത്ത് താനാദ്യമായി ചെയ്യാൻ പോകുന്ന സിനിമയെക്കുറിച്ച് ജോർജിന് ഒരു സ്വപ്നമുണ്ടായിരുന്നു. അക്കാലത്ത് *മാതൃഭൂമി* ആഴ്ചപ്പതിപ്പിൽ ഖണ്ഡശ്ശ പ്രസിദ്ധീകരിച്ച് വന്നിരുന്ന റോസി തോമസിന്റെ *ഇവൻ എന്റെ പ്രിയ സി ജെ* എന്ന 'ആത്മകഥ-ജീവചരിത്രം' ആയിരുന്നു ആ സ്വപ്നസിനിമിയുടെ ആധാരം. മലയാളത്തിലെ പ്രശസ്തി നിരൂപകനായിരുന്ന പ്രൊഫ. എം പി പോളിന്റെ മകളും മലയാള സാഹിത്യ വേദിയിലെ സമാനതകളില്ലാത്ത നിഷേധിയായ പ്രതിഭയായിരുന്ന സി ജെ തോമസിന്റെ പത്നിയും ആയ റോസി തോമസ് ഭർത്തൃവിയോഗത്തെ തുടർന്ന് എഴുതിയ കൃതിയാണ് 'ഇവൻ എന്റെ പ്രിയ സി ജെ. ഖണ്ഡശ്ശ പ്രസിദ്ധീകരിക്കപ്പെട്ട കാലത്ത് തന്നെ സഹൃദയാംഗീകാരം നേടിയ ആ കൃതി ഇന്നും മലയാള സാഹിത്യത്തിലെ ഏറ്റവും മുന്തിയ ഓർമ്മായായ രചനകളിലൊന്നായി നിലകൊള്ളുന്നുണ്ട്.

ജോർജിന് ഒരിക്കലും സി ജെ യെ നേരിൽ കാണാൻ സാധിക്കുന്നില്ലെങ്കിലും മനസ്സുകൊണ്ട് തന്നെക്കാൾ 27 വയസ്സ് പ്രായക്കൂടുതലുണ്ടായിരുന്ന ഈ പ്രതിഭയോട് ഏറെ താദാത്മ്യപ്പെടാൻ സാധിച്ചിരുന്നു. ജോർജിന്റെ തന്നെ വാക്കുകളിൽ,

> രചനകളിലൂടെ അനുഭവവേദ്യമാകുന്ന ആ മനസ്സിലെ സന്ദേഹങ്ങളും അടങ്ങാത്ത വ്യഥവിഹ്വലതകളും അങ്കലാപ്പുകളും സന്ധിയില്ലാത്ത കലാപങ്ങളും അന്തമില്ലാത്ത അന്വേഷണങ്ങളും എന്റേത് കൂടിയായി ഇന്ന് ഞാനറിയുന്നു. എന്റേത് മാത്രമല്ല, എന്നെപ്പോലെ ഒരു പാടൊരുപാട് പേരുടേത് കൂടിയെന്നും ഞാനറിയുന്നു. എനിക്കുവേണ്ടി കൂടിയാണ്, ഞങ്ങൾക്കുവേണ്ടി കൂടിയാണ് സി ജെ കലഹിച്ചതും അങ്കം വെട്ടിയതും. സന്ദേഹങ്ങളിൽ മുറിവേറ്റത്.

വാരികയിൽ *ഇവൻ എന്റെ പ്രിയ സി ജെ* വായിക്കുമ്പോൾ തന്നെ ജോർജിന് ആ വരികളോട് ഏറെ ഹൃദയൈക്യം തോന്നി. റോസിയുടെ വാക്കുകൾ അനായാസമായി ജോർജിന്റെ മനസ്സിലെ തിരശ്ശീലയിൽ ചലനചിത്രങ്ങളായി.

ജോർജ് പറയുന്നു,

> മരണത്തോടടുത്ത നാളുകളിൽ ദിനരാത്രങ്ങളുടെ ചാക്രികനാളം 'ഗ്രാമഫോൺ റിക്കാർഡ് പ്ലെയറുടെ ചാവി അയഞ്ഞാലെന്ന വിധം ഇഴഞ്ഞായി.' എന്ന് പറയുമ്പോൾ സി ജെ എന്റെ മനസ്സിൽ ആ ഫ്രെയിം വാചാലമായി വരച്ചിടുകയായിരുന്നു. തൃശൂരിലെ അക്കാലത്തെ തിരക്കേറിയ വീഥികളിൽ മനുഷ്യൻ മനുഷ്യനെയിരുത്തി വലിക്കുന്ന രണ്ട് റിക്ഷാവണ്ടികളിൽ സഞ്ചരിക്കുന്ന റോസിയുടെയും എം പി പോളിന്റെയും നൂറ് വാര മുന്നിലായി കുടയില്ലാതെ പാഞ്ഞ് പോകുന്ന സി ജെ യുടെ ചിത്രത്തോട് ചേർത്ത് എതിരേ ക്യാമറയുമായി നില്ക്കുന്നത് ഞാൻ മനസ്സിൽ കണ്ടു.

റോസിയുടെ കൃതിയിലേക്ക് അന്ന് ജോർജിനെ ആകർഷിച്ച പ്രധാന ഘടകം, അതിലെ പ്രണയപരവശനും പ്രക്ഷുബ്ധചിത്തനുമായ കാമുകൻ തന്റെ തന്നെ പ്രതിരൂപമായിരുന്നു എന്നതാണ്. റോസി എഴുതിയത് സി ജെ യെ കുറിച്ചായിരുന്നെങ്കിലും അതിൽ പലതും തനിക്കുമിണങ്ങിയിരുന്നു. ജോർജിന്റെ തന്നെ വാക്കുകളിൽ:

> പ്രണയത്തെ ഇത്ര സത്യതീക്ഷ്ണമായി അതിലെ എല്ലാ ഭ്രാന്തൻ എടുത്ത് ചാട്ടങ്ങളോടും വിഭ്രമിപ്പിക്കുന്ന സങ്കല്പങ്ങളോടും നിരർത്ഥകമായ പ്രതീക്ഷകളോടും അതിനെല്ലാമപ്പുറം അതിനുമാത്രം പ്രസരിപ്പിക്കുവാൻ കഴിയുന്ന അതീന്ദ്രിയ തലത്തിലുള്ള ഉദ്ദീപനങ്ങളോടും ഒരുപോലെ നൂറ് ശതമാനം നീതി പുലർത്തിക്കൊണ്ട് ജീവിച്ചിരുന്നപ്പോഴെന്നപോലെ പ്രണയിതാവിനോട് മരണാനന്തരവും നിരന്തരമായി കലഹിച്ചുകൊണ്ട് ആ പ്രണയത്തിന് പുതിയ അർത്ഥതലങ്ങൾ തേടിക്കൊണ്ട് എഴുതപ്പെട്ട ഒരനുഭവസാക്ഷ്യം ഞാൻ മലയാളത്തിൽ വേറെ വായിച്ചിട്ടില്ല.

അങ്ങനെ റോസിയുടെ കൃതിയിൽ അത്യധികം മോഹിതനായ ജോർജ് സുഹൃത്തായ കഥാകൃത്ത് ജെ കെ വി യുടെ സഹായത്തോടെ റോസിയുമായി ബന്ധപ്പെട്ടു. ജോർജിന്റെ അമ്മ വറുതിയുടെ ദിനരാത്രങ്ങൾക്കിടയിൽ കഷ്ടപ്പെട്ട് തന്റെ പഠനത്തിനായി അയച്ചു തന്നിരുന്ന ചില്ലിക്കാശുകളിൽ നിന്ന് നന്നെ ഞെരുങ്ങി സ്വരൂക്കൂട്ടിയ 1001 രൂപ റോസിക്ക് അഡ്വാൻസായി നല്കുകയും ചെയ്തു. ജെ കെ വി യുമൊത്ത് തിരക്കഥയുടെ കുറേഭാഗങ്ങൾ ചർച്ച ചെയ്യുകയും ചെയ്തിരുന്നു. എന്നാൽ പലവിധ കാരണങ്ങളാൽ ആ സിനിമ യാഥാർത്ഥ്യമായില്ല. പിന്നീട് ജോർജ്

ലബ്ദപ്രതിഷ്ഠനായ ചലച്ചിത്രകാരനായ ശേഷവും ആ മോഹം സഫലമാക്കാൻ സാധിച്ചില്ല.

1971 ൽ ഇൻസ്റ്റിറ്റ്യൂട്ടിലെ പഠനം പൂർത്തിയായി. പഠനത്തിന്റെ അവസാനം വിദ്യാർത്ഥികൾ ഒരു ഡിപ്ലോമാ ചിത്രം തയ്യാറാക്കേണ്ടതുണ്ട്. അങ്ങനെ ജോർജ് ചെയ്ത ഡിപ്ലോമാ സിനിമയുടെ പരീക്ഷകനായി എത്തിയത് രാമു കാര്യാട്ടായിരുന്നു. *ചെമ്മീനൊ*ക്കെ എടുത്ത് അന്താരാഷ്ട്രപ്രശസ്തി നേടി ഏറ്റവും ഗ്ലാമറിൽ കാര്യാട്ട് വിളങ്ങി നില്ക്കുന്ന കാലമാണത്. പരീക്ഷ കഴിഞ്ഞ് പോകാൻ തുടങ്ങുമ്പോൾ കാര്യാട്ട് മദിരാശിയിലേക്ക് വരാൻ ഒരു ക്ഷണം വച്ച് നീട്ടി. അദ്ദേഹം തന്റെ പുതിയ സിനിമ ചെയ്യുമ്പോൾ ജോർജിനെയും ഒപ്പം കൂട്ടാമെന്ന് ഒരു ധാരണയുണ്ടായി.

എങ്കിലും മദിരാശിയിലെത്തിയ ശേഷം കാര്യാട്ടിന്റെ പുതിയ സിനിമ തുടങ്ങാൻ അല്പം താമസം നേരിട്ടതിനാൽ ജോർജ് ഇൻസ്റ്റിറ്റ്യൂട്ട് പഠനകാലത്ത് അടുത്ത ചങ്ങാത്തത്തിലായ ജോൺ എബ്രഹാമിനൊപ്പം കൂടി. അപ്പോൾ രാമചന്ദ്രബാബു, ബാലു മഹേന്ദ്ര തുടങ്ങിയ മറ്റ് ഇൻസ്റ്റിറ്റ്യൂട്ടുകാരും അവിടെയുണ്ടായിരുന്നു. ഇക്കാലത്താണ് ജോൺ ഏബ്രഹാം തന്റെ ആദ്യചിത്രമായ *വിദ്യാർത്ഥികളേ ഇതിലേ ഇതിലേ* എടുക്കുന്നത്. അതിന്റെ ചിത്രീകരണത്തിൽ ജോർജും സഹകരിച്ചു. പിന്നീട് ജോൺ ചെയ്ത തമിഴ് സിനിമയായ *അഗ്രഹാരത്തിൽ കഴുതൈ*യിലും ജോർജ് സഹകരിച്ചിരുന്നു. ജോണിന്റെ പല സവിശേഷതകളെയും പ്രതിഭയെയും അംഗീകരിക്കുമ്പോൾ തന്നെ തികഞ്ഞ അച്ചടക്കമില്ലായ്മ ജോണിലെ ഫിലിം മെയ്ക്കറെ വല്ലാതെ തളർത്തികളഞ്ഞു എന്നും ജോർജ് നിരീക്ഷിക്കുന്നു. ഏറെ അദ്ധ്വാനവും പലതിന്റെയും ഏകോപനവും ആവശ്യപ്പെടുന്ന സിനിമപോലെയൊരു മാധ്യമത്തിൽ ആന്തരികമായ ഒരച്ചടക്കം പരമപ്രധാനമാണെന്ന് ജോർജ് വിശ്വസിക്കുന്നു.

അങ്ങനെയിരിക്കെ, രാമു കാര്യാട്ട് തന്റെ പുതിയ സിനിമയുടെ പ്രവർത്തനങ്ങൾ തുടങ്ങിയതോടെ, ജോർജ്, കാര്യാട്ടിനൊപ്പമായി. കേരള സാഹിത്യ അക്കാദമി പുരസ്കാരം നേടിയതും മലയാള നോവൽ സാഹിത്യത്തിലെ എക്കാലത്തെയും മുന്തിയ കൃതികളിലൊന്നുമായ കെ സുരേന്ദ്രന്റെ *മായ*യാണ് കാര്യാട്ട് തന്റെ സിനിമയ്ക്ക് വേണ്ടിയുള്ള കഥയായി തെരഞ്ഞെടുത്തത്. സുരേന്ദ്രൻ തന്നെയായിരുന്നു സിനിമയുടെ തിരക്കഥ രചിച്ചതും. *ജീവിതവും ഞാനും* എന്ന സുരേന്ദ്രന്റെ ആത്മകഥയിൽ *മായ*യുടെ നിർമ്മാണവേളയിൽ തന്റെ തിരക്കഥയെ കുറിച്ച് വളരെ ക്രിയാത്മകവും അനുഭാവ പൂർവ്വവുമായ രീതിയിൽ അന്ന് സഹസംവിധായകനായ കെ ജി ജോർജ് എന്ന ചെറുപ്പക്കാരൻ പ്രതികരിച്ചതിനെ സംബന്ധിച്ച് അനുസ്മരിക്കുന്നുണ്ട്. എന്തായാലും മറ്റ് പലരേയും അപേക്ഷിച്ച് തന്റെ സഹസംവിധായകന് ഏറെ സ്വാതന്ത്ര്യം കൊടുത്ത് പല കാര്യങ്ങളും സഹസംവിധായകരെക്കൊണ്ട് തന്നെ നിർവ്വഹിക്കുന്ന കാര്യാട്ടിന്റെ ശൈലി ജോർജിന് യഥാർത്ഥ ചലച്ചിത്ര വ്യവസായത്തിലേക്കുള്ള നല്ലൊരു പ്രവേശനപാഠമായി ഭവിക്കുകയായിരുന്നു.

പക്ഷേ, *മായ* കലാപരമായും ബോക്സ് ഓഫീസിലും ചലനങ്ങൾ

രാമചന്ദ്രബാബു, വേണുനാഗവള്ളി, പി എ ലത്തീഫ്

സൃഷ്ടിച്ചില്ല. കാര്യാട്ട് പ്രതീക്ഷക്കൊത്തുയർന്നില്ലെന്ന് സുരേന്ദ്രൻ തന്നെ അഭിപ്രായപ്പെട്ടു. *ചെമ്മീനു*ശേഷം അതേപോലെ ഒരു വിജയം ആവർത്തിക്കാൻ കഴിയാതിരുന്ന കാര്യാട്ട് ഇതോടെ കൂടുതൽ നിരാശയിലായി. ഒപ്പം അടുത്ത ചിത്രം എല്ലാ നിരാശകളെയും മറികടക്കുന്നതും *ചെമ്മീനി*ന്റെ ഐതിഹാസികവിജയം ആവർത്തിക്കുന്നതാകണം എന്നൊരു വാശിയും അദ്ദേഹത്തിനുണ്ടായി.

അങ്ങനെയാണ് ആയിടെ *കുങ്കുമം* നോവൽ അവാർഡ് നേടിയ *നെല്ല്* എന്ന പി വത്സലയുടെ നോവൽ കാര്യാട്ട് പുതിയ സിനിമയ്ക്കായി തെരഞ്ഞെടുത്തത്. *നെല്ലിൽ* എത്തിയപ്പോഴേക്ക് കാര്യാട്ട് കൂടുതൽ സ്വാതന്ത്ര്യബോധത്തോടെ സിനിമാനിർവ്വഹണത്തിന്റെ പല കാര്യങ്ങളും ജോർജിനെ ഏല്പ്പിച്ചു. 'നെല്ലി'ന്റെ സംഗീതം ഒരുക്കാനായി ആദ്യമായി കഥയുടെ ഭൂമികയായ വയനാടൻ വനപ്രദേശം കാണാൻ പോയപ്പോൾ അവരെ കൂട്ടിക്കൊണ്ട് പോയത് ജോർജ് തന്നെയായിരുന്നു. പ്രകൃതിയുടെ സ്വാഭാവിക പശ്ചാത്തലത്തിൽ നിന്നൊക്കെ എങ്ങനെയാണ് പ്രതിഭാശാലികൾ സംഗീതം ഉരുവപ്പെടുത്തുന്നത് എന്ന് ജോർജ് ആദ്യമായി കണ്ടറിഞ്ഞു. പിന്നീട് ചിത്രീകരണവേളയിൽ കാര്യാട്ടിന് ശാരീരിക ബുദ്ധിമുട്ടുകളുള്ള അവസ്ഥയിൽ പല രംഗങ്ങളിലും ജോർജ് തന്നെയായിരുന്നു നേരിട്ട് സംവിധാനം നിർവ്വഹിച്ചത്. *മായ*യിലും *നെല്ലി*ലും തിക്കുറിശ്ശിയെയും പ്രേംനസീറിനെയും ജയഭാരതിയെയും ശാരദയെയും പോലെയുള്ള പ്രശസ്ത താരങ്ങളോട് അടുത്തിടപഴകി പ്രവർത്തിക്കാൻ കഴിഞ്ഞതും ജോർജിനെ ചലച്ചിത്രം എന്ന വ്യവസായത്തിന്റെ പലതലങ്ങളെയും കൂടുതൽ മനസ്സിലാക്കാൻ സഹായിച്ചു. കാര്യാട്ടുമൊത്തുള്ള

തന്റെ സഹസംവിധാന കാലത്തെക്കുറിച്ച് ജോർജ് ഇങ്ങനെ ഓർക്കുന്നു. 'ഫ്രഷ് ആയിട്ട് സിനിമയിലേക്ക് വരുന്ന ഒരാളിന് കിട്ടേണ്ട എല്ലാ അനുഭവങ്ങളും കിട്ടി. പ്രവൃത്തിയിലോ, ക്രാഫ്റ്റിലോ, കാര്യാട്ട് ഒരിക്കലും ഗുരുവായിരുന്നിട്ടില്ല അതേസമയം കാര്യാട്ട് ഒരു ഗ്രെയ്റ്റ് ഫ്രണ്ടായിരുന്നു. അദ്ദേഹത്തിന്റെ അനുഭവങ്ങൾ ഒരുപാട് പറഞ്ഞ് തന്നിട്ടുമുണ്ട്."

എന്തായാലും *നെല്ല്* കാര്യാട്ട് എന്ന ചലച്ചിത്രകാരന്റെ ജീവിതത്തിലെ മറ്റൊരു നിരാശയായി തീരുകയായിരുന്നു. മികച്ച സാങ്കേതിക വിദഗ്ദ്ധരുടെ ഒരു നിര തന്നെയുണ്ടായിരുന്നിട്ടും *നെല്ല്* കാണികളുടെ ഉള്ളിൽ തട്ടുന്ന *ചെമ്മീൻ* പോലെയൊരു കഥയുടെ അഭാവത്താൽ പരാജയപ്പെടുകയായിരുന്നു എന്ന് ജോർജ് കരുതുന്നു. എങ്കിലും *മായ, നെല്ല്* എന്നീ രണ്ടു സിനിമകളിൽ അക്കാലത്തെ തെന്നിന്ത്യൻ സിനിമയിലെ ഏറ്റവും വലിയ ഒരു ഷോമാൻ ഡയറക്ടറുടെ കൂടെ സഹകരിച്ചത് ജോർജിന് വിലപ്പെട്ട അനുഭവപാഠങ്ങളായി. മാത്രമല്ല ആ മദിരാശികാലത്താണ് പില്ക്കാലത്ത് തന്റെ വൈയക്തിക ജീവിതത്തിലും കലാജീവിതത്തിലും നിർണ്ണായക സ്ഥാനം വഹിച്ച പല വ്യക്തികളുമായും സുഹൃദ് ബന്ധമുണ്ടാകുന്നതും. ഇക്കൂട്ടത്തിൽ പ്രധമഗണനീയനാണ് പി എ ലത്തീഫ്. *രാരിച്ചൻ എന്ന പൗരൻ* എന്ന പി ഭാസ്കരൻ സിനിമയിലൂടെ (1956) ചലച്ചിത്രരംഗത്തെത്തിയ ലത്തീഫ് മുഖ്യമായും നിർമ്മാണ കാര്യദർശിയായും ഇടയ്ക്കൊക്കെ ചെറുവേഷങ്ങളിൽ നടനായി പ്രത്യക്ഷപ്പെട്ടും മദിരാശിയിലെ മലയാള സിനിമാവേദിയിൽ സജീവമായ ഒരു വ്യക്തിത്വമായിരുന്നു.

കോടമ്പാക്കത്ത് പല മനുഷ്യരുടെയും ഏറ്റവും വിശ്വസ്തനായ ഒരത്താണിയും ഏവരെയും സമഭാവേന വീക്ഷിക്കാൻ കഴിവുമുള്ള ഒരസാസമാന്യ മനുഷ്യനുമായിരുന്നു ലത്തീഫ്. ജോർജ് മദിരാശിയിലെത്തി അധികം വൈകാതെ തന്നെ ലത്തീഫുമായി ഒരാജീവനാന്ത ഗാഢസൗഹൃദത്തിലായി. പിന്നീട് ജോർജിന്റെ പല സിനിമകളിലും ലത്തീഫ് മോശമല്ലാത്ത വേഷങ്ങൾ ചെയ്തിരുന്നു. ഒപ്പം തന്റെ പല സിനിമകളുടെയും നിർമ്മാണ കാര്യദർശിയായും പ്രവർത്തിച്ചു. എന്നാൽ ഇതിലൊക്കെയുപരി ജോർജിന്റെ ആദ്യ സിനിമാ സംരംഭത്തിന് തന്നെ വഴി തുറക്കുന്നത് ലത്തീഫാണ്. *സ്വപ്നാടന*ത്തിന്റെ നിർമ്മാതാവായ ബോംബെയിലുള്ള മുഹമ്മദ് ബാപ്പുവിനെ ജോർജിന് പരിചയപ്പെടുത്തിക്കൊടുത്തത് ലത്തീഫാണ്. അതേപോലെ സ്വപ്നാടത്തിലെ നായികയായ റാണി ചന്ദ്രയെ കണ്ടെത്തിയതും ലത്തീഫാണ്. ചില സിനിമകളിൽ ഗായകനായും തിളങ്ങിയിട്ടുള്ള ലത്തീഫിന് ആഴത്തിലുള്ള സംഗീത ജ്ഞാനമുണ്ടായിരുന്നു. സംഗീതവുമായുള്ള ലത്തീഫിന്റെ ഈ ബന്ധത്തിൽ നിന്ന് തന്നെയാണ് പിന്നീട് യവനികയെ സംബന്ധിച്ച ചർച്ചകൾ തുടങ്ങിയപ്പോൾ അതിലെ കേന്ദ്രകഥാപാത്രമായ തബലിസ്റ്റ് അയ്യപ്പന് മാതൃകയായുള്ള ആലപ്പുഴയിലുണ്ടായിരുന്ന തബലിസ്റ്റ് ഉസ്മാനെ കുറിച്ച് ലത്തീഫിന് ജോർജിനോട് സംസാരിക്കാൻ കഴിഞ്ഞത്. സത്യത്തിൽ, ലത്തീഫ് ജോർജിന് മുന്നിൽ അവതരിപ്പിച്ച തബലിസ്റ്റ് ഉസ്മാനിൽ നിന്ന് മലയാളസിനിമയിലെ എക്കാലത്തെയും അവിസ്മരണീയ

കഥാപാത്രമായ തബലിസ്റ്റ് അയ്യപ്പൻ എന്ന ഭരത് ഗോപിയുടെ അനശ്വര അഭിനയ സാക്ഷാൽക്കാരത്തെ ജോർജ് സൃഷ്ടിക്കുകയായിരുന്നു.

ലേഖയുടെ മരണം ഒരു ഫ്ളാഷ് ബാക്ക് ചെയ്യുമ്പോൾ അതിനായി, ആത്മഹത്യ ചെയ്ത നടി ശോഭയെയും അവരുടെ കുടുംബത്തെയും നന്നായി അറിയാമായിരുന്ന ലത്തീഫ് ആ അറിവുകളത്രയും ജോർജുമായി പങ്കുവച്ചിരുന്നു. തന്റെ പല സിനിമകളുടെയും ചിത്രീകരണ ഘട്ടങ്ങളിലൊക്കെ ഓരോ പ്രതിസന്ധികൾ നേരിടുമ്പോൾ അവയെ തികഞ്ഞ സമചിത്തതയോടെയും സാമാന്യബുദ്ധിയോടെയും സൗഹൃദ മനോഭാവത്തോടെയും സമീപിച്ച് പ്രശ്നങ്ങളെ തരണം ചെയ്യാനും ലത്തീഫ് മുന്നിട്ട് നിന്നിരുന്നു എന്ന് ജോർജ് ഓർക്കുന്നു. മദിരാശി സിനിമാലോകത്തെ തന്റെ ഗുരുവായിരുന്ന രാമു കാര്യാട്ട് വഴിയായിരുന്നു *ചെമ്മീനി*ന്റെ നിർമ്മാതാവും കാര്യാട്ടിനെപ്പോലെ തന്നെ പിന്നീടൊരു വിജയം വിളയിക്കാൻ കഴിയാതെപോയ ആളുമായ കൺമണി ഫിലിംസ് ഉടമ ബാബുസേട്ടുമായി ജോർജ് പരിചയപ്പെട്ടത്. ബാബു സേട്ട് എന്ന അസാധാരണ വ്യക്തിത്വവുമായുള്ള സൗഹൃദം അദ്ദേഹത്തിന്റെ മരണം വരെയും കാത്ത് സൂക്ഷിച്ചിരുന്ന ജോർജ്, ആ സൗഹൃദത്തെ, തന്റെ വ്യക്തി ജീവിതത്തിലെ ഏറെ വിലപ്പെട്ട ഒരു നേട്ടമായി കരുതുന്നു.

എഴുപതുകളുടെ മദ്ധ്യത്തോടെ മലയാളസിനിമയിൽ ഒരു നവഭാവുകത്വം വിടർത്തിയ ചലച്ചിത്രകാരൻമാരിൽ പ്രമുഖരായിരുന്ന ഭരതൻ, പത്മരാജൻ, പവിത്രൻ, ബക്കർ കെ പി കുമാരൻ മോഹൻ തുടങ്ങിയവരുമായുള്ള സൗഹൃദവും ഈ മദിരാശി കാലത്ത് തന്നെയാണ് ആരംഭിക്കുന്നത്. കച്ചവടസിനിമയുടെ മാമൂൽ വഴികളിൽ നിന്ന് മാറി നടന്നിരുന്ന ഇവരെല്ലാവരും അക്കാലങ്ങളിൽ ധാരാളമായി പരസ്പരം മനസ്സ് തുറക്കുകയും കൂട്ടത്തിൽ ഓരോരുത്തരുടെയും സിനിമാസംരംഭങ്ങളെ തികച്ചും അനുഭാവപൂർവ്വമായും പ്രോത്സാഹനബുദ്ധിയോടെയും കാണുകയും ചെയ്തിരുന്നു. പിന്നീട് തന്റെ *യവനിക*യുടെ ചിത്രീകരണ വേളയിൽ തിരക്കഥയുമായി ബന്ധപ്പെട്ട പ്രശ്നത്തെ തുടർന്ന് തുടക്കത്തിൽ സിനിമ നിന്നുപോയപ്പോൾ, ഭരതനും പത്മരാജനുമൊക്കെ തനിക്ക് അത് തുടർന്നുകൊണ്ട് പോകാൻ ധാരാളം ആത്മവിശ്വാസവും പ്രോത്സാഹനവും നല്കിയിരുന്നത് ജോർജിന്റെ മധുരമായ ഓർമ്മയാണ്.

ജോർജിന്റെ ഒട്ടുമിക്ക സിനിമകളിലെ ഗാനങ്ങൾക്ക് സംഗീതവും ആ സിനിമകൾക്ക് പശ്ചാത്തല സംഗീതവും സമ്മാനിച്ച എം ബി ശ്രീനിവാസൻ എന്ന എം ബി എസുമായി ജോർജ് അടുപ്പത്തിലാകുന്നതും മദിരാശികാലത്ത് തന്നെയാണ്. മലയാള ചലച്ചിത്ര ഗാനരംഗത്തെ എക്കാലത്തെയും മികച്ച ഒരുപിടി ഗാനങ്ങളും ഒരു സിനിമയുടെ സാകല്യതയ്ക്ക് മുതൽക്കൂട്ടാവുന്ന തരത്തിൽ വ്യത്യസ്തമായ തീം മ്യൂസിക്കുകളും ജോർജിന്റെ ചിത്രങ്ങളിലൂടെ എം ബി എസിന് അവതരിപ്പിക്കാനായി. എം ബി എസുമായുള്ള സൗഹൃദം തന്റെ പല സിനിമകൾക്കും ഉചിതമായ സംഗീതത്തിന്റേതായ അധികമാനങ്ങൾ (extra dimensions) തന്നെ നല്കി എന്ന് ജോർജ് വിശ്വസിക്കുന്നു.

3

സ്വപ്നം പോലെ സ്വപ്നാടനം

മനഃശാസ്ത്രജ്ഞനായ മുഹമ്മദ് സൈക്കോ എഴുതിയ ഒരുകഥയാണ് ജോർജിന്റെ ആദ്യസിനിമയായ *സ്വപ്നാടന*ത്തിന്റെ ആധാരം. യഥാർത്ഥത്തിൽ, ഗോവിന്ദൻ എന്നൊരാളെയായിരുന്നു നിർമ്മാതാവായ മുഹമ്മദ് ബാപ്പു ഈ ചിത്രം സംവിധാനം ചെയ്യാനായി കണ്ടുവച്ചിരുന്നത്. എന്നാൽ *പലായനം* എന്ന് പേരിട്ടിരുന്ന ആ സംരംഭം മുന്നോട്ട് പോയില്ല. അങ്ങനെയിരിക്കെയാണ് ലത്തീഫ് തന്റെ പരിചയക്കാരനായ ബാപ്പുവിനോട് ജോർജിനെക്കുറിച്ച് പറയുന്നത്. തുടർന്നത് ബാപ്പുവും ജോർജും നേരിൽക്കണ്ട് സംസാരിച്ചതോടെ ബാപ്പു ജോർജിനെത്തന്നെ സംവിധായകനായി നിശ്ചയിച്ചു.

അതുവരെയുള്ള മലയാളസിനിമയിലെ കഥകളിൽനിന്ന് തികച്ചും വ്യത്യസ്തമായി മനഃശാസ്ത്രാന്വേഷണത്തിന്റെ പാതയിലുള്ള *സ്വപ്നാടന*ത്തിന്റെ പ്രമേയം ജോർജിനെയും ഏറെ ആവേശഭരിതനാക്കി. കൊല്ലത്ത് *കുങ്കുമം* വാരികയുടെ ഓഫീസിലേക്ക് മുഹമ്മദ് ബാപ്പുവിന്റെ ആഗ്രഹപ്രകാരം നടത്തിയ ഒരു യാത്രയിൽ ജോർജും ഒപ്പമുണ്ടായിരുന്നു. അക്കാലത്ത് സാഹിത്യ-ചലച്ചിത്ര സാംസ്കാരികലോകത്ത് *കുങ്കുമം* ഒരു ശ്രദ്ധേയമായ മേൽവിലാസവും *സ്വപ്നാടനം* പോലെയുള്ള നവഭാവുകത്വ സിനിമകൾക്ക് മാധ്യമലോകത്ത് നിന്നുള്ള ഒരുപ്രധാന കൈത്താങ്ങുമായിരുന്നു. *കുങ്കുമം* വാരികയുടെ പത്രാധിപസമിതിയിൽ അന്ന് ഉറൂബും കടവനാട് കുട്ടികൃഷ്ണനുമുണ്ടായിരുന്നു. ഈ രണ്ട് അനുഗൃഹീത സാഹിത്യകാരന്മാർ ചേർന്നാണ് 'പലായനം' എന്ന പേരിന് പകരം *സ്വപ്നാടനം* എന്ന ശീർഷകം സിനിമയ്ക്ക് നല്കിയത് എന്നത് കൗതുകകരമായ ഓരോർമ്മയാണ്.

മുഹമ്മദ് ബാപ്പു എന്ന നിർമ്മാതാവും ഒരസാധാരണ വ്യക്തിത്വമായിരുന്നു. ബോംബെ അധോലോക കള്ളക്കടത്ത് രംഗത്തെ ഒരുപ്രമുഖൻ

തന്നെയായിരുന്നു ബാപ്പു. എന്നാലോ *സ്വപ്നാടനം* പോലെയൊരു ഓഫ് ബീറ്റ് സിനിമ നിർമ്മിക്കാൻ ആവേശമുള്ള തികഞ്ഞ കലാസ്നേഹിയും. രാജ്യത്ത് അടിയന്തരാവസ്ഥയുടേതായ ആ കാലഘട്ടത്തിൽ കള്ളക്കടത്തുകാർക്കെതിരെയുള്ള സർക്കാർ നടപടികൾക്ക് ഒരു ഘട്ടത്തിൽ ബാപ്പുവും ഇരയായേക്കും എന്നൊരു സന്ദിഗ്ദ്ധത നിലനിന്നിരുന്നതായി ജോർജ് ഓർക്കുന്നുണ്ട്. പക്ഷേ, ബാപ്പു എങ്ങനെയോ ആ ആപത്തിൽ നിന്ന് രക്ഷപ്പെട്ടു. പിന്നീട് *സ്വപ്നാടന*ത്തിന്റെ നിർമ്മാതാവെന്ന നിലയിൽ മികച്ച മലയാള ചിത്രത്തിനുള്ള ദേശീയ ചലച്ചിത്രപുരസ്കാരം രാഷ്ട്രപതിയുടെ കൈയിൽനിന്ന് ബാപ്പുവിന് ഏറ്റ് വാങ്ങാനായെന്നത് വിധിയുടെ രസകരമായ മറ്റൊരു നിയോഗം.

ബാപ്പുവിന്റെ ആവാസകേന്ദ്രമായ ബോംബെയിൽ വച്ചായിരുന്നു സിനിമയുടെ പ്രാരംഭ തിരക്കഥാ ചർച്ചകൾ. അപ്പോഴേക്ക് പ്രശസ്ത എഴുത്തുകാരനായിരുന്നയാളും അവിടെ റെയിൽവേ ഉദ്യോഗസ്ഥനുമായിരുന്ന പമ്മനെ തിരക്കഥാ പങ്കാളിയായി ജോർജിനൊപ്പം ബാപ്പുകൂട്ടി. മുന്നേ തന്നെ പമ്മനെ വായിച്ചിരുന്ന ജോർജിനും ആ തീരുമാനത്തോട് യോജിപ്പായിരുന്നു. തുടർന്ന് വിശദമായ തിരക്കഥ രണ്ടാളും കൂടി ബാപ്പുവിന്റെ മദിരാശി ഓഫീസിലിരുന്ന് പൂർത്തിയാക്കി. താമസിയാതെ തിരുവനന്തപുരം, മദിരാശി ലൊക്കേഷനുകളിലായി ചിത്രീകരണവും പൂർത്തിയായി.

സ്വപ്നാടനത്തിൽ റാണിചന്ദ്രയും ഡോ. മോഹൻദാസും

ലോകസിനിമയുടെ മഹനീയ പാരമ്പര്യവും പുതിയ സിനിമയുടെ ഗതിമാറ്റങ്ങളും ശക്തമായി ഉൾക്കൊണ്ട് ഫിലിം ഇൻസ്റ്റിറ്റ്യൂട്ടിൽനിന്ന് വന്ന ഒരു യുവസംവിധായകന് ലഭിക്കാവുന്ന സ്വപ്നതുല്യമായ ഒരു തുടക്കം തന്നെയായിരുന്നു *സ്വപ്നാടനം* (1976) എന്ന ചിത്രം. അത്തരത്തിൽ ഒരു ചിത്രം മലയാളത്തിൽ നടാടെ ആയിരുന്നു. മനുഷ്യമനസ്സിന്റെ ഉള്ളറകളുടെ സങ്കീർണ്ണതകൾ മുഖ്യ പ്രമേയമാക്കി, അത്തരമൊന്ന് ശക്തമായി ആവിഷ്കരിക്കാനുള്ള പുതുമയാർന്ന വിഭ്രമാത്മക ആഖ്യാന സങ്കേതങ്ങളും സൈക്കോഡ്രാമ എന്ന വിഭാഗത്തിൽപ്പെടുത്താവുന്ന *സ്വപ്നാടനം* കാഴ്ചവച്ചു.

ഡോക്ടറായ ഗോപി എന്ന ചെറുപ്പക്കാരൻ സാഹചര്യങ്ങളുടെ സമ്മർദ്ദത്താൽ പഠനകാലത്തെ തന്റെ പ്രണയിനിയായിരുന്ന യുവതിയെ ഉപേക്ഷിച്ച് തന്റെ മുറപ്പെണ്ണും തന്റേതിനേക്കാൾ ഏറെ സാമ്പത്തികമായ ഉയർന്ന കുടുംബത്തിലെ അംഗവുമായ യുവതിയെ വിവാഹം ചെയ്യാൻ നിർബ്ബന്ധിതനാകുന്നു. പക്ഷേ, അതോടെ അയാളുടെ മാനസിക നില ആകെ തകരാറിലാകുന്നു. പഴയ കാമുകിയുമായുള്ള പ്രണയത്തെക്കുറിച്ചുള്ള ഓർമ്മകൾ ഭാര്യയൊത്തുള്ള കുടുംബജീവിതം ആസ്വദിക്കുന്നതിൽനിന്ന് അയാളെ തടയുകയാണ്. ആ അസ്വസ്ഥതകൾ ഒരുച്ചഘട്ടത്തിലെത്തുമ്പോൾ അയാൾ കുടുംബത്തിൽനിന്നും തന്റെ നഗരത്തിൽനിന്നും പലായനം ചെയ്യുന്നു. തുടർന്ന് തീർത്തും അവശനിലയിൽ ആരേയും തിരിച്ചറിയാനാവാത്ത അവസ്ഥയിൽ മറ്റൊരു നഗരത്തിൽ എത്തിപ്പെടുന്ന ഗോപി ഒരു മനശ്ശാസ്ത്രജ്ഞന്റെ ചികിത്സയിലാകുന്നു. ആ മനശ്ശാസ്ത്രജ്ഞനാകട്ടെ അയാളുടെ പഴയ കാമുകിയുടെ ഭർത്താവുമാണ്. ചികിത്സയിൽ നടക്കുന്ന മനോവിശ്ലേഷണത്തിലൂടെയാണ് ആഖ്യാനം ചുരുൾ നിവരുന്നത്.

ആദിമദ്ധ്യാന്ത പൊരുത്തമുള്ള ഒരു കഥ പറയുക എന്നതിനപ്പുറം സിനിമ എന്ന മാധ്യമത്തിലൂടെ മനസ്സിന്റെ വിഭ്രമാത്മകതകൾ പകർത്താൻ കഴിയുക എന്ന ഒരു ദൗത്യമാണ് *സ്വപ്നാടനം* നിർവ്വഹിക്കുന്നത്. ഇതിനായി റിയലിസ്റ്റിക് സങ്കേതം വിട്ട്, ഒട്ടൊക്കെ ഫാന്റസിയുടെയും അയഥാർത്ഥ്യത്തിന്റെയും വഴികൾ ഈ സിനിമ തിരഞ്ഞെടുക്കുന്നുണ്ട്. ഇതിലേക്ക് രാമചന്ദ്രബാബുവിന്റെ ഛായാഗ്രഹണവും ഭാസ്കർ ചന്ദ്രവാർക്കറിന്റെ പശ്ചാത്തലസംഗീതവും മികച്ച പിന്തുണയാണ് നല്കിയത്.

ഗോപിയായി ഡോ. മോഹൻദാസ് കാഴ്ചവയ്ക്കുന്ന പ്രകടനവും *സ്വപ്നാടന*ത്തെ മികച്ച ഒരു ദൃശ്യാനുഭവമാക്കുന്നു. യഥാർത്ഥ ജീവിതത്തിലും ഒരു ഡോക്ടർ തന്നെയായ മോഹൻദാസ് ഒട്ടും അഭിനയപരത പ്രകടിപ്പിക്കാതെ വളരെ സൂക്ഷ്മമായി തന്റെ കഥാപാത്രമായി പരിണമിക്കുന്നുണ്ട്. ജോർജ് തന്നെ പറയുന്നതുപോലെ നീണ്ട് മെലിഞ്ഞ് ബലിഷ്ഠമായ 'ഉരുക്കുപോലെ ഉറച്ച' ശരീരമുള്ള മോഹൻദാസിന്റെ രൂപവും ഒട്ടുംതന്നെ ഗ്ലാമറസ് എന്ന് പറയാവുന്ന തരത്തിലല്ലാത്ത മുഖവും കഥാപാത്രത്തിന് ഏറെ ഇണങ്ങുന്നതായി.

മികച്ച മലയാള ചിത്രത്തിനുള്ള സംസ്ഥാന പുരസ്കാരം, മികച്ച പ്രാദേശിക ഭാഷാ ചിത്രത്തിനുള്ള ദേശീയ പുരസ്കാരം, മികച്ച തിരക്കഥയ്ക്കുള്ള സംസ്ഥാന പുരസ്കാരം എന്നിവ *സ്വപ്നാടനം* നേടി.

4

ഉൾക്കടൽ, മേള, കോലങ്ങൾ

സ്വപ്നാടനം നേടിയ വിജയവും പ്രശസ്തിയും ജോർജിന്റെ തന്നെ വാക്കുകളിൽ "എന്നെ അഹങ്കാരിയാക്കി." താൻ എങ്ങനെ സിനിമയെടുത്താലും അത് ഗംഭീരമാകുമെന്ന ഒരു അമിത ആത്മവിശ്വാസം അദ്ദേഹത്തിൽ കടന്നുകൂടി. ആ അഹങ്കാരം ജോർജിനെ ഒന്നിന് പിന്നാലേ അതിവേഗം മറ്റൊന്ന് എന്ന രീതിയിലും ഒരേ സമയം മൂന്നെണ്ണം എന്ന രീതിയിലും വരെ സിനിമ എടുക്കാൻ പ്രേരിപ്പിച്ചു. അങ്ങനെ 1977–79 വർഷങ്ങളിൽ *വ്യാമോഹം, ഉൾക്കടൽ, രാപ്പാടികളുടെ ഗാഥ, ഓണപ്പുടവ, മണ്ണ്, ഇനി അവൾ ഉറങ്ങട്ടെ* എന്നീ ചിത്രങ്ങളും ജോർജിന്റേതായി പുറത്തിറങ്ങി.

ഇക്കൂട്ടത്തിൽ അന്നും ഇന്നും ശ്രദ്ധേയമാകുന്നത് ഒറ്റ ചിത്രം മാത്രം. *ഉൾക്കടൽ* ആണത്. പിന്നെ, അല്പമെങ്കിലും പരിഗണനാർഹമായുള്ളത് പി പത്മരാജന്റെ കഥയെയും തിരക്കഥയെയും ആസ്പദമാക്കി ചെയ്ത *രാപ്പാടികളുടെ ഗാഥ*യാണ്. മയക്കുമരുന്നിന്റെയും സ്വതന്ത്രജീവിത ശൈലികളുടെയും പാതകളിലേക്കെത്തിപ്പെടുന്ന പുതുതലമുറയുടെയും കഥ പറഞ്ഞ *രാപ്പാടികളുടെ ഗാഥ* പത്മരാജന് മികച്ച തിരക്കഥാകൃത്തിനുള്ള സംസ്ഥാന ചലച്ചിത്ര പുരസ്കാരം നേടിക്കൊടുത്തുവെന്നത് ആ ചിത്രത്തിന്റെ നേട്ടമായി.

പക്ഷേ, *രാപ്പാടികളുടെ ഗാഥ സ്വപ്നാടനം* എന്ന മികച്ച ചിത്രം ചെയ്ത ഒരു സംവിധായകന്റെ കൈയൊപ്പ് വഹിക്കുന്നതായിരുന്നില്ല. മറ്റ് ചിത്രങ്ങളാകട്ടെ കലാപരമായും സാമ്പത്തികമായും ദയനീയ ദുരന്തങ്ങളുമായി. അതോടെ സ്വയം ഒരു തിരിച്ചറിവുണ്ടായ ജോർജ് അടുത്ത സിനിമ വ്യത്യസ്തവും തന്റെ തനത് മുദ്ര പേറുന്ന ഒന്നായിരിക്കണവുമെന്ന തീരുമാനത്തിലെത്തി. അങ്ങനെ അതിനായുള്ള കഥാന്വേഷണ

ങ്ങളും ആലോചനകളും ധാരാളം നടക്കുകയും ചെയ്തു. ആയിടെ മുണ്ട ക്കയത്തുള്ള കെ ജെ തോമസ് എന്ന നിർമ്മാതാവിനെ തേടിയുള്ള ഒരു കാർയാത്രയിൽ കോട്ടയത്ത് വഴിയോരത്തുള്ള ഒരു പുസ്തകമേളയിൽ നിന്ന് *ഉൾക്കടൽ* എന്ന നോവൽ ശ്രദ്ധയിൽപ്പെട്ടു. മുണ്ടക്കയത്ത് എത്തു മ്പോഴേക്ക് ജോർജ് നോവൽ വായിച്ച് തീർത്തിരുന്നു.

തോമസിനെ കണ്ട് പുതിയ സിനിമയുടെ കാര്യം ചർച്ച ചെയ്ത പ്പോൾ കഥ ഏതെന്ന തോമസിന്റെ ചോദ്യത്തിന് ജോർജിന് ഉത്തരം നല്കാൻ ഒട്ടും പ്രയാസമുണ്ടായില്ല. *ഉൾക്കടലി*ന്റെ കഥയാണ് ജോർജ് പറഞ്ഞത്. കേട്ടതും തോമസിനും താല്പര്യമായി. തുടർന്ന് ഓണക്കൂ റിൽനിന്ന് കഥ സിനിമയാക്കാനുള്ള അനുമതി നേടുകയും തിരക്കഥ അദ്ദേ ഹത്തെക്കൊണ്ട് തന്നെ എഴുതിക്കുകയും ചെയ്തു. ആർദ്രമായ ഒരു ക്യാ മ്പസ് പ്രണയത്തിന്റെ ആഖ്യാനമായിരുന്നു *ഉൾക്കടൽ.*

രാഹുലൻ ഗ്രാമപ്രദേശത്തുനിന്ന് നഗരത്തിലുള്ള കോളേജിൽ പഠിക്കാനെത്തിയ ഒരു ചെറുപ്പക്കാരനാണ്. കവി കൂടിയായ രാഹുലൻ ഏറക്കുറെ അന്തർമുഖനാണ്. കൗമാരകാലത്ത് തന്റെ അയൽപക്ക ത്തുള്ള ഒരു പാവപ്പെട്ട വീട്ടിലെ പെൺകുട്ടിയുമായുള്ള അടുപ്പത്തിന്റെയും അവിചാരിതമായുള്ള അവളുടെ മരണത്തിന്റെയും തപ്തമായ ഓർമ്മ കൾ അയാളിലുണ്ട്. എം എയ്ക്ക് ക്ലാസ് തുടങ്ങിയപ്പോൾ, രാഹുലിന് ഡേവിസ് എന്ന പ്രസാദവാനായ ഒരു യുവാവിനെ സഹപാഠിയായും സുഹൃത്തായും കിട്ടുന്നു. അമ്മ മരിച്ച ഡേവിസിന് റീന എന്ന പെങ്ങളും പട്ടണത്തിൽ ക്രൈസ്തവ ശില്പങ്ങളും ചിത്രങ്ങളും വില്ക്കുന്ന ഒരു കട നടത്തുന്ന പിതാവുമാണ് ആകെയുള്ളത്. ചിത്രകാരിയായ റീനയും അതേ കോളേജിൽ പഠിക്കുന്നു.

ക്രമേണ രാഹുലനും റീനയും പ്രണയബദ്ധരാകുന്നു. പക്ഷേ, മത കാര്യങ്ങളിൽ തികച്ചും യാഥാസ്ഥിതികനായ തങ്ങളുടെ പിതാവ് ഒരി ക്കലും ഈ പ്രണയത്തെ അംഗീകരിക്കില്ലെന്ന് റീനയ്ക്കറിയാം. എങ്കിലും ഡേവിസ് (രതീഷ്) വിശാലമനസ്കനായതിനാൽ, അയാളുടെ സഹായ ത്തോടെ വീട്ടിൽ കാര്യം അവതരിപ്പിക്കാം എന്നൊരു പ്രതീക്ഷയുമുണ്ട്.

ഇതിനിടെ, പഠനത്തോട് വളരെ വിപ്രതിപത്തിയുള്ള ഡേവിസിന് ഒരു മെഡിക്കൽ കമ്പനിയുടെ സെയിൽസ് റപ്പായി ജോലി കിട്ടുന്നു. ഇനി ഡേവിസിനോട് തങ്ങളുടെ പ്രണയവൃത്താന്തം പറയാം എന്ന് കരുതി ഒരു നാൾ രാഹുലൻ അതിന് തുനിയുമ്പോൾ ഡേവിസ് അതിന് മുന്നേ മറ്റൊരു കാര്യം പറയുന്നു.

തങ്ങളുടെ അമ്മായിയായ ഒരു കന്യാസ്ത്രീ മദർസുപ്പീരിയർ ആയുള്ള കോൺവെന്റിൽവച്ച്, ഡേവിസ് സൂസന്ന എന്നൊരു കന്യാ സ്ത്രീയെ കണ്ടുമുട്ടി. തുടർന്ന് അവർക്കിടയിൽ മൗനമായ ഒരനുരാഗം ഉടലെടുക്കുന്നു. സൂസന്ന ഡേവിസിന് അടുപ്പമുള്ള ഡോക്ടർ അല ക്സിന്റെ സഹോദരിയാണെന്നും അയാൾ അറിയുന്നു. മാത്രവുമല്ല സ്വമ നസ്സാലേ കന്യാസ്ത്രീയായ സൂസന്നയ്ക്ക് (ജലജ) കോൺവെന്റ് ജീവി

ഉൾക്കടൽ എന്ന ചിത്രത്തിന്റെ പോസ്റ്റർ

തത്തിലെ പൊള്ളത്തരങ്ങളോടും കാപട്യങ്ങളോടും മനം മടുപ്പുണ്ടായി സഭാവസ്ത്രം ഉപേക്ഷിക്കാനുള്ള മാനസികാവസ്ഥയാണ് ഇപ്പോൾ. താമസിയാതെ സൂസന്ന കോൺവെന്റ് ഉപേക്ഷിക്കുകയും ചെയ്യുന്നു. ഇതോടെ ഡേവിസിന് തന്റെ പ്രണയസഫല്യത്തിന് വഴി കൂടുതൽ സുഗമമാകുന്നു.

എന്നാൽ ഡേവിസ് തന്റെ മനസ്സ് തുറന്നതിനെ തുടർന്ന് രാഹുലന് അന്നും പിന്നീടും തന്റെയും റീനയുടെയും കാര്യം അയാളോട് സ്വസ്ഥമായി പറയാൻ ഒരവസരം കൈവന്നില്ല. ഒരു അവധിക്കാലത്ത് ഗ്രാമത്തിൽ എത്തിയ രാഹുലനെ തേടിവന്നത് ഹതാമയായ ഒരു ടെലിഗ്രാമായിരുന്നു. ഒരു ബൈക്കപകടത്തിൽ ഡേവിസ് മരണമടഞ്ഞിരിക്കുന്നു.

രാഹുലനും റീനയ്ക്കും അപ്പനും പിന്നെ സൂസന്നയ്ക്കും അലക്സി

നുമെല്ലാം ഇത് കനത്ത ആഘാതമാകുകയാണ്. റീനയുടെ അപ്പൻ ഹൃദ്രോഗിയാകുന്നു. ഈ അവസരത്തിൽ തങ്ങളുടെ പ്രണയത്തിന്റെ കാര്യം പറഞ്ഞാൽ അപ്പന്റെ അവസ്ഥ വളരെ ഗുരുതരമാകുമെന്ന് ഭയന്ന് റീന ഒന്നും പറയാതെ അപ്പനെ ശുശ്രൂഷിച്ച് കഴിയുന്നു.

എം എ നല്ല നിലയിൽ പൂർത്തിയാക്കിയ രാഹുലന് മറ്റൊരു സ്ഥലത്തെ കോളേജിൽ അദ്ധ്യാപനജോലി കിട്ടുന്നു. അവിടെയും കവി എന്ന നിലയിലുള്ള രാഹുലന്റെ പ്രശസ്തി അയാൾക്ക് പല ആരാധകരെയും ഉണ്ടാക്കുന്നു. സിംഗപ്പൂരിൽനിന്ന് വന്ന് നാട്ടിൽ താമസമായ ധനാഢ്യനായ പണിക്കരുടെ മകൾ നിഷയും ഇക്കൂട്ടത്തിലുണ്ട്. ആദ്യമൊക്കെ രാഹുലൻ ഒഴിഞ്ഞുമാറാൻ ശ്രമിക്കുന്നെങ്കിലും പോകെപോകെ അയാൾ നിഷയുടെ പ്രണയപൂർവ്വമായ ഇടപെടലുകൾക്ക് വഴങ്ങുന്നു. താമസിയാതെ അത് രണ്ട് വീട്ടുകാരുടെയും എല്ലാ അനുഗ്രഹാശിസ്സുകളുമുള്ള ഒരു വിവാഹാലോചനയിലേക്ക് എത്തുകയും ചെയ്യുന്നു. വിവാഹം എത്രയും വേഗം നടത്താനുള്ള തീരുമാനവുമാകുന്നു.

പക്ഷേ, ആ തീരുമാനത്തിന്റെ സന്തോഷം സഹപ്രവർത്തകരുമൊത്ത് പങ്കുവച്ച സായാഹ്നം കഴിഞ്ഞ് തന്റെ വാടക വീട്ടിലെത്തുന്ന രാഹുലനെ കാത്ത് ഒരാളുണ്ടായിരുന്നു, റീന. ഏറെ നാളത്തെ ആലോചനകൾക്കൊടുവിൽ തനിക്ക് ഒരിക്കലും രാഹുലനെ വിട്ട് മറ്റൊരു ദാമ്പത്യം സാദ്ധ്യമല്ലെന്ന് അവൾ മനസ്സിലാക്കി. ഡോക്ടർ അലക്സുമായി തന്റെ വിവാഹം നടത്താൻ അപ്പൻ മുന്നിട്ടിറങ്ങി കഴിഞ്ഞപ്പോഴാണ് അവൾ കൂടുതലായും ആ സത്യം തിരിച്ചറിഞ്ഞത്. റീനയ്ക്ക് അലക്സിനെ വിവാഹം കഴിച്ചുകൊടുക്കാൻപോകുന്നു എന്നതും കൂടി കേട്ടാണ് രാഹുലൻ നിഷയുമായുള്ള വിവാഹത്തിന് തയ്യാറായതും.

പക്ഷേ, അപ്പന്റെ ആശീർവാദം ഒരിക്കലും തങ്ങൾക്കൊപ്പമുണ്ടാവില്ലെന്ന തീർച്ചയിൽ, റീന വീടും മറ്റെല്ലാം ഉപേക്ഷിച്ച് രാഹുലന് അടുത്ത് ആ രാത്രി എത്തിയിരിക്കുകയാണ്. ആകെ സ്തബ്ധനായ രാഹുലന്റെ നെഞ്ചിലേക്ക് അവൾ ചായുന്ന വേളയിലാണ് നിഷയും പണിക്കരും അവിടെ അവിചാരിതമായി കയറി വരുന്നത്. തന്റെ ഭാവി മരുമകൻ മറ്റൊരു പെണ്ണുമായി ഇഴുകിച്ചേർന്ന് നില്ക്കുന്നത് കാണുന്ന പണിക്കർ പൊട്ടിത്തെറിക്കുന്നു. അയാൾ ആ നിമിഷം തന്നെ രാഹുലനുമായുള്ള തന്റെ മകളുടെ വിവാഹം റദ്ദാക്കിയതായി പ്രഖ്യാപിച്ച് മകളെയുംകൂട്ടി അവിടം വിടുന്നു.

ഇതോടെയാണ് റീനയ്ക്ക് രാഹുലന് ഇങ്ങനെയൊരു ബന്ധമുണ്ടെന്ന കാര്യം മനസ്സിലാകുന്നത്. റീനയും വേദനയോടെ വീട്ടിൽ നിന്നിറങ്ങി പുറത്തേക്ക് പോകാൻ തുടങ്ങുമ്പോൾ രാഹുലൻ അവളെ വിളിക്കുന്നു. ആ വിളി ഇനി എന്നെന്നേക്കുമായി റീന തന്റെ ജീവിതത്തിലൊപ്പമുണ്ടാകണമെന്ന ക്ഷണമാണ്. അവൾ അയാളുടെ കൈകളിലേക്ക് മടങ്ങുന്നു.

ഇപ്പോൾ പിന്തിരിഞ്ഞ് നോക്കുമ്പോൾ കുറേയൊക്കെ ബാലിശമെന്ന്

തോന്നാവുന്ന കഥാഗതികളും വൈകാരിക സന്ദർഭങ്ങളും *ഉൾക്കടലിൽ* കാണാമെങ്കിലും നിഷ്കളങ്കമായ ഒരു കഥ പറച്ചിലിന്റെ അഭിനിവേശവും സത്യസന്ധതയും ആ സിനിമയെ ഇന്നും നെഞ്ചോട് ചേർത്ത് പിടിക്കാൻ പ്രേരകമാകുന്ന ഘടകങ്ങളാകുന്നുണ്ട്. എന്തായിരുന്നാലും ക്യാംപസ് പ്രണയത്തിന് മലയാള സിനിമയിൽ *ഉൾക്കടൽ* വിഷാദമധുരമായ പുതിയൊരു ഈണവും താളവും തന്നെ സ്രഷ്ടിച്ചു.

പത്മരാജൻ പറഞ്ഞുവിട്ട ഒരു ചെറുപ്പക്കാരനായിരുന്നു *ഉൾക്കടലി*ലെ നായക കഥാപാത്രമായ രാഹുലനെ അവതരിപ്പിച്ചത്. ചിത്രകാരിയായ നായികയെ പ്രേമിക്കുന്ന വിഷാദഭാവമുള്ള യുവകവിയായി വേണു നാഗവള്ളി എന്ന ആ പുതുമുഖനായകൻ അതോടെ ക്യാമ്പസ് യുവത്വത്തിന്റെ തന്നെ ആവേശമാകുകയായിരുന്നു. അനുഗൃഹീത നടി ശോഭയായിരുന്നു നായിക. വിഷാദപ്രണയകാവ്യത്തിലെ അനവധി ആഴങ്ങൾ കണ്ണുകളിലൊളിപ്പിച്ച നായിക ശോഭയുടെ കൈയിൽ തികച്ചും ഭദ്രമായിരുന്നു.

ഇതിനിടെ ജോർജിന്റെ ജീവിതത്തിലേക്കും മധുരതരമായ ഒരു പ്രണയം കടന്നു വരുകയായിരുന്നു. ഒരു പിന്നണിഗായികയാകാനുള്ള ശ്രമങ്ങൾ നടത്തിയിരുന്ന, ഏതാനും ചിത്രങ്ങളിൽ പാടിയിട്ടുള്ള സെൽമ എന്ന യുവതിയായിരുന്നു ആ പ്രണയഭാജനം. സെൽമയുടെ അമ്മ തന്റെ മകൾക്ക് ജോർജിന്റെ ചിത്രങ്ങളിൽ പാടാനുള്ള അവസരങ്ങൾ ഉണ്ടാകുമോ എന്നന്വേഷിച്ച് തുടങ്ങിയതിൽനിന്നായിരുന്നു ആ പ്രണയത്തിന്റെ തുടക്കം. സെൽമയുടെ അമ്മയും തിരുവല്ലക്കാരിയാണെന്നതും അവർ ജോർജിന്റെ അമ്മയുടെ സഹപാഠിയായിരുന്നുവെന്നതും ആ കുടുംബവുമായി ജോർജ് കൂടുതൽ അടുക്കാൻ ഇടയായി. ആ അടുപ്പം പ്രണയമായി വളരാൻ താമസിച്ചില്ല. അത് വിവാഹത്തിലേക്ക് കടക്കാനും കാലവിളംബമുണ്ടായില്ല. തുടർന്ന് *ഉൾക്കടൽ* മുതൽ ജോർജിന്റെ ഒരുപിടി ചിത്രങ്ങളിൽ അവർ ഗായികയാകുകയും ചെയ്തു. *ഉൾക്കടലി*ലെ 'ശരബിന്ദുമലർ ദീപനാളം' *യവനിക*യിലെ 'ഭരതമുനി ഒരു കളം വരച്ചു' തുടങ്ങിയ ഗാനങ്ങൾ സെൽമയെ മലയാളചലച്ചിത്രഗാനരംഗത്തെ നിത്യഭാസുരമായ സാന്നിദ്ധ്യമാക്കി തീർക്കുകയും ചെയ്തു.

ഉൾക്കടൽ സംഗീതപ്രാധാന്യമുള്ള ഒരു ചിത്രം കൂടിയായിരുന്നു. നേരത്തെ ജോർജിന്റെ *ഓണപ്പുടവ*യിൽ സംഗീത സംവിധാനം നിർവ്വഹിച്ച എം ബി ശ്രീനിവാസൻ തന്നെ *ഉൾക്കടലി*ലെയും സംഗീതം ഒരുക്കി. ഒ എൻ വി കുറുപ്പ് ഗാനരചനയും നിർവ്വഹിച്ചു. ഇത് ഒരു ഹിറ്റ് കൂട്ടുകെട്ടിന്റെ തുടക്കവുമായി. പിന്നീടങ്ങോട്ട് എത്രയോ അവിസ്മരണീയ ഗാനങ്ങളാണ് ഈ കൂട്ടുകെട്ട് മലയാളസിനിമയ്ക്ക് സംഭാവന ചെയ്തത്.

*ഉൾക്കടലി*ലെ ഗാനങ്ങളായ 'ശരദിന്ദു മലർദീപനാളം,' 'എന്റെ കടിഞ്ഞൂൽ പ്രണയകഥയിലെ' 'കൃഷ്ണതുളസി കതിരുകൾ ചൂടിയൊരശ്രുകുടീരം' 'നഷ്ടവസന്തത്തിൽ തപ്തനിശ്വാസമേ' എന്നിവ മലയാള ചലച്ചിത്ര സംഗീതത്തിലെ എക്കാലത്തെയും മികച്ചവ തന്നെയായി. വ്യത്യ

സ്തമായി പറഞ്ഞ ക്യാമ്പസ് പ്രണയകഥയും ഗാനങ്ങളുമെല്ലാം ചേർന്ന് *ഉൾക്കടൽ* ഒരു കൾട്ട്ഫിലിം ആയി മാറി. വിഷാദമധുരമായ കാമ്പസ് പ്രണയത്തിന്റെ തന്നെ കഥകൾ പറഞ്ഞ മോഹൻ—പത്മരാജൻ കൂട്ടുകെട്ടിന്റെ *ശാലിനി എന്റെ കൂട്ടുകാരി*യും ഭരതൻ ജോൺ പോളിന്റെ *ചാമരവും* അടങ്ങിയ എഴുപതുകളുടെ ഒടുവിലത്തെ ഒരപൂർവ്വസുന്ദരമായ അഭ്രത്രയത്തിലേക്ക് *ഉൾക്കടലും* കണ്ണിചേർന്നു. ഇക്കൂട്ടത്തിൽ *ശാലിനി എന്റെ കൂട്ടുകാരി*യിൽ വേണു നാഗവള്ളിയും ശോഭയും തന്നെ പ്രധാന വേഷങ്ങളിലുണ്ടായിരുന്നു എന്നത് കൗതുകകരമാണ്.

എന്തായാലും തകർച്ചയുടെ അടിത്തട്ടിൽ എത്തിയിരുന്ന ജോർജിന് ഉജ്ജ്വലമായ തിരിച്ചുവരവായിരുന്നു *ഉൾക്കടൽ*. അതോടെ വളരെ ശ്രദ്ധിച്ച് പ്രമേയങ്ങൾ കണ്ടെത്തി, സിനിമകൾ ചെയ്യുക എന്ന രീതിയിലേക്ക് ജോർജ് നീങ്ങി. അങ്ങനെ, സർക്കസ് തമ്പിലെ കലാകാരന്മാരുടെ ജീവിതത്തെ ആസ്പദമാക്കി *മേള* എന്ന ചിത്രമാണ് അടുത്തതായി ചെയ്തത്. സർക്കസ് കഥകളുടെ ആഖ്യാതാവായ ശ്രീധരൻ ചമ്പാട് എഴുതിയ കഥയെ ആസ്പദമാക്കി അദ്ദേഹവും ജോർജും ചേർന്നാണ് തിരക്കഥ തയ്യാറാക്കിയത്. പല സർക്കസ് ചിത്രങ്ങളും ഇതിന് മുന്നേ മലയാളത്തിൽ വന്നിരുന്നെങ്കിലും അതിൽ നിന്നൊക്കെ തീർത്തും വ്യത്യസ്തമായിരുന്നു *മേള*.

നീണ്ട പന്ത്രണ്ട് വർഷങ്ങൾക്കുശേഷം സർക്കസിലെ ബഫൂൺ കലാകാരനായ കുള്ളൻ ഗോവിന്ദൻ വടക്കൻ കേരളത്തിലെ തന്റെ ഉൾനാടൻ ഗ്രാമത്തിലേക്ക് രണ്ട് മാസത്തെ അവധിക്കായി എത്തുന്നു. ഭർത്താവ് മരിച്ച് മറ്റാരും ഉറ്റവരായി അടുത്തില്ലാത്ത ഗോവിന്ദന്റെ അമ്മയ്ക്ക് അയാളുടെ വരവ് വല്യ സന്തോഷമാകുകയാണ്. ഗോവിന്ദന്റെ വരവ് ഗ്രാമത്തിലും ഓളങ്ങളുണ്ടാക്കുന്നു.

പ്രത്യേകിച്ച് തൊഴിലൊന്നുമില്ലാതെ രാഷ്ട്രീയം പറഞ്ഞു നടക്കുന്ന ബാലൻ, ചായക്കടക്കാരൻ ആണ്ടിയേട്ടൻ, പേറ്റിച്ചി അമ്മിണി എന്നിങ്ങനെ പലരും ഒരു വിധത്തിലല്ലെങ്കിൽ മറ്റൊരു വിധത്തിൽ ഗോവിന്ദന്റെ വരവ് ആഘോഷിക്കുന്നവരാണ്. തന്റെ ചില ചെറിയ സർക്കസ് നമ്പരുകളും തമാശകളും ഫോട്ടോയെടുപ്പും ട്രാൻസിസ്റ്റർ റേഡിയോയിലെ പാട്ടുകേൾക്കലും പാന്റ്സും മോടിയിലുള്ള ഷർട്ടും ഒക്കെയായി ഗോവിന്ദൻ നാട്ടുകാർക്കിടയിൽ ഒരു സുജായിയായി വിലസുന്നു.

അതിനിടെ ഗോവിന്ദന്റെ അമ്മയ്ക്ക് അയാളെക്കൊണ്ട് ഈ വരവിൽ തന്നെ കല്യാണം കഴിപ്പിക്കണമെന്നാണ് അതിയായ ആഗ്രഹം. അതിന് ഗോവിന്ദനും സമ്മതിക്കുന്നതോടെ അമ്മ പേറ്റിച്ചി അമ്മിണിയോട് ഒരു പെണ്ണിനെ കണ്ടുപിടിക്കാൻ പറയുന്നു. ചായക്കടക്കാരൻ ആണ്ടിയേട്ടനും ഭാര്യക്കും ഗോവിന്ദന്റെ ആലോചന വളരെ താല്പര്യമാണ്. അവരുടെ സുന്ദരിയായ മകൾ സുഹാസിനിയെ ഗോവിന്ദന് മംഗലം കഴിച്ച് കൊടുക്കാനുള്ള നീക്കം തുടങ്ങുന്നു. എന്നാൽ ഈ ആലോചന അറിയുന്ന ഗോവിന്ദൻ തന്റെ മനസ്സിലുള്ളത് മറ്റൊരു പെണ്ണാണെന്ന് പറയുന്നു. അത് ബാലന്റെ പെങ്ങളും സുന്ദരിയുമായ ശാരദയാണ്. പക്ഷേ, ഗോവിന്ദനെ

ക്കാൾ നന്നേ ഉയരക്കൂടുതലുള്ള ശാരദയ്ക്ക് ഈ ആലോചനയോട് താല്പര്യമില്ല. ബാലനും ഇതിനോട് അത്ര താല്പര്യമില്ല. പക്ഷേ, ഗോവിന്ദന്റെ സാമ്പത്തിക മേന്മയും ഗോവിന്ദന്റെ ഭാര്യയായാൽ അയാളോടൊപ്പം പട്ടണങ്ങളിലെല്ലാം ചുറ്റിക്കറങ്ങി നല്ലൊരു ജീവിതം ഉണ്ടാകുമെന്നും മറ്റുമുള്ള അമ്മിണിയുടെ വാക്കുകളും ഒക്കെ ചേർന്ന് ശാരദയുടെ മനസ്സ് മാറുന്നു. ആ വിവാഹം നടക്കുന്നു.

ഗോവിന്ദനും ശാരദയും സർക്കസ് ക്യാമ്പിലെത്തുന്നു. എന്നാൽ അവിടെ എത്തിച്ചേരുന്ന നിമിഷം മുതൽ മറ്റുള്ളവരുടെ പ്രതികരണങ്ങളെല്ലാം ഓരോ വിധത്തിൽ ഗോവിന്ദനും ഭാര്യയും തമ്മിലുള്ള ശാരീരിക പൊരുത്തക്കേടിലേക്ക് നിശിതമായി വിരൽചൂണ്ടും വിധമാണ്. ഗോവിന്ദനിൽ അപകർഷതാബോധം തലപൊക്കി തുടങ്ങുന്നു.

തുടക്കത്തിൽ സർക്കസിലെ കാഴ്ചകളെല്ലാം ശാരദയ്ക്ക് രസകരമാണ്. എന്നാൽ പുതുമ നശിക്കുന്നതോടെ അവൾക്ക് ആ രസമെല്ലാം നഷ്ടപ്പെടുന്നു. സർക്കസിലെ ബൈക്കഭ്യാസിയായ വിജയൻ ആണ് ഗോവിന്ദന്റെ നല്ലൊരു സുഹൃത്ത്. വിജയന്റെ സാമീപ്യം ശാരദയ്ക്കും ഒരാശ്വാസമാണ്.

സർക്കസ് ഉടമയുടെ ബന്ധുവും മാനേജരുമായ രമേശ് സ്ത്രീവിഷയത്തിൽ തല്പരനാണ്. രമേശ് എങ്ങനെയെങ്കിലും ശാരദയെ വശപ്പെടുത്താൻ ശ്രമിക്കുന്നുണ്ട്. ഒരുദിവസം ഗോവിന്ദനും ശാരദയും വിജയനും പുറത്ത് സിനിമ കാണാനും തുടർന്ന് ഒരു റെസ്റ്റോറന്റിൽ ഭക്ഷണം കഴിക്കാനും പോകുന്നു. റെസ്റ്റോറന്റിൽ ഗോവിന്ദൻ ഒരു വെയിറ്ററുമായി കൂട്ടിയിടിച്ച് വീണ് വെയിറ്ററുടെ കൈയിലുണ്ടായിരുന്ന ഭക്ഷണമത്രയും ഗോവിന്ദന്റെ വസ്ത്രങ്ങളിലും ശരീരത്തിലുമാകുന്നു. ഇത് റെസ്റ്റോറന്റിലാകെ കൂട്ടച്ചിരി ഉയർത്തുന്നു. മറ്റുള്ളവർക്കൊപ്പം ശാരദയും ഇതുകണ്ട് ചിരിക്കുന്നു.

തന്റെ ഭാര്യ തന്നെ കളിയാക്കി ചിരിച്ചു എന്നതിൽ ഗോവിന്ദന് വല്യ വേദനയുണ്ടാകുന്നു. മറ്റുള്ളവർക്കൊപ്പം ശാരദയും തന്നെ ഒരു കോമാളിയായി കാണുകയാണോ എന്ന ചിന്ത അയാളെ മഥിക്കുന്നു. ഇതിനൊപ്പം വിജയൻ ശാരദയുമായി അമിത അടുപ്പം പുലർത്തുന്നു എന്നൊരു സംസാരവും ക്യാംപിൽ പടരുന്നത് ഗോവിന്ദനും അറിയുന്നു. ശാരദയെ വശത്താക്കാൻ ശ്രമിച്ചിട്ടും നടക്കാതെ വരുന്ന രമേശും ഈ അപവാദപ്രചാരണത്തിന് ആക്കം കൂട്ടുന്നുണ്ട്.

പോകപ്പോകെ ശാരദക്കെതിരെയുള്ള അപവാദപ്രചാരണത്തിന്റെ പേരിൽ വിജയനും രമേശനും സംഘർഷത്തിലേക്ക് നീങ്ങുന്നു. ഒരുനാൾ അതൊരു തുറന്ന സംഘട്ടനത്തിലേക്ക് തന്നെ എത്തിച്ചേരുന്നു. മുന്നേ തന്നെ സുന്ദരിയായ ശാരദയുടെ വരവ് ക്യാമ്പിൽ അസ്വസ്ഥതകളുണ്ടാക്കുമെന്ന് തിരിച്ചറിഞ്ഞിരുന്ന സർക്കസ് ഉടമ ക്ഷുഭിതനായി രണ്ടുപേരേയും താക്കീത് ചെയ്യുന്നു. അയാൾക്ക് ഗോവിന്ദനോടും ഇക്കാര്യത്തിൽ നീരസമുണ്ട്.

മേളത്തിന്റെ സെറ്റിൽ കെ ജി ജോർജ്, രാമചന്ദ്ര ബാബു, ആർട്ട് ഡയറക്ടർ സുന്ദരം, പ്രസന്ന നടൻ രഘു മറ്റ് കലാകാരന്മാർ

ക്രമേണ ഗോവിന്ദന് ശാരദയ്ക്ക് തന്നോട് ഇപ്പോൾ സ്നേഹമി ല്ലെന്നും അവളും വിജയനും മറ്റുള്ളവർ പറയുന്നതുപോലെ തന്നെ അടുപ്പത്തിലാണെന്നും വിശ്വസിച്ച് തുടങ്ങുന്നു. ഈ വിശ്വാസം ഉറയ്ക്കുന്ന തോടെ ഗോവിന്ദൻ നിരന്തരമായി ശാരദയുമായി വഴക്കിടുന്നു. ഇതു ക്യാംപിലാകെ വാർത്തയാകുന്നു.

പ്രശ്നങ്ങളിങ്ങനെ രൂക്ഷമാകുന്നതോടെ വിജയൻ ഈ സർക്കസ് വിട്ട് മറ്റെവിടേക്കെങ്കിലും പോകുകയാണെന്ന് പ്രഖ്യാപിക്കുന്നു. ഇതറിയുന്ന ഗോവിന്ദന് മനഃസ്താപമുണ്ടാകുന്നു. അയാൾ വിജയനെ ചെന്നു കണ്ട് അയാൾ പോകാൻ പാടില്ലെന്നും പകരം താനാണ് ഇവിടം വിട്ട് പോകേണ്ടതെന്നും പറയുന്നു. എന്തായാലും വിട്ടുപോകാനുള്ള വിജയന്റെ തീരുമാനം അയാൾ മാറ്റിക്കുന്നു. മാത്രവുമല്ല പഴയതുപോലെ തങ്ങൾ സുഹൃത്തുക്കളായി തുടരണമെന്നും ഗോവിന്ദൻ പറയുന്നു. അത് കേട്ട് സന്തോഷിക്കുന്ന വിജയൻ അടുത്ത ദിവസം പഴയകാലത്ത് ഒരു നാളിലെന്നതുപോലെ ബീച്ചിൽ തങ്ങൾ രണ്ടാളും ഉല്ലസിച്ച് കറങ്ങി നടക്കാമെന്ന ഗോവിന്ദന്റെ അഭ്യർത്ഥന സ്വീകരിക്കുകയും ചെയ്യുന്നു.

അതിൻപ്രകാരം വിജയൻ ബീച്ചിലെത്തുന്നു. പക്ഷേ, വിജയനരികിലേക്ക് ഗോവിന്ദൻ മാത്രമല്ല എത്തുന്നത്. അയാൾ തനിക്കൊപ്പം ശാര

ദയെയും കൂടെ കൂട്ടിയിട്ടുണ്ട്. ഒട്ട് വിചിത്രമായ രീതിയിൽ വിജയനോട് ചിലത് പറഞ്ഞിട്ട് ഗോവിന്ദൻ ഒരു പാറക്കൂട്ടത്തിനരികിലേക്ക് നീങ്ങുന്നു. പിന്നെ പെട്ടെന്ന് അയാളെ കാണാതാകുന്നു.

അപ്പോൾ മാത്രമാണ് വിജയൻ ഒരപകടസാദ്ധ്യത തിരിച്ചറിയുന്നത്. അയാളും പിന്നാലെ ശാരദയും ആ പാറക്കൂട്ടത്തിന്റെ തുഞ്ചത്തിലേക്ക് ഓടിയെത്തുന്നു. പക്ഷേ, അവർക്ക് മുമ്പിൽ ഇപ്പോൾ ആർത്തിരമ്പുന്ന തിരമാലകൾ മാത്രം.

ഗോവിന്ദൻ വിജയനെയും ശാരദയെയും ഒരുമിച്ചാക്കിയിട്ട് ജീവിതത്തിൽനിന്ന് പിൻവാങ്ങിയിരിക്കുന്നു. ചിത്രം തീരുന്നു.

*മേള*യിലെ പല പ്രധാന വേഷങ്ങളും സർക്കസ് കലാകാരന്മാർ തന്നെയാണ് ചെയ്തത്. കുള്ളനായ ജോക്കറായി വേഷമിട്ട രഘു യഥാർത്ഥത്തിൽ അങ്ങനെ ഒരു സർക്കസ് കലാകാരനായിരുന്നു.

ബൈക്ക് ജംബറായ വിജയനായി വന്നത് അതേ വരെ ചില ചെറിയ വേഷങ്ങൾ മാത്രം ചെയ്തിരുന്ന മമ്മൂട്ടി എന്ന താരതമ്യേന പുതുമുഖ നടൻ എന്ന് പറയാവുന്ന ഒരാളായിരുന്നു. മമ്മൂട്ടി എന്ന നടന് പില്ക്കാലത്തെ തന്റെ ജൈത്രയാത്രയ്ക്ക് വഴി തുറന്നത് *മേള*യിലെ ഈ കഥാപാത്രമായിരുന്നു. ബാലൻ എന്ന ഗ്രാമീണയുവാവായി വരുന്ന ശ്രീനിവാസനും ശാരദയായി വരുന്ന അഞ്ജലിനായി ഡുവും ചിത്രത്തിന് മുതൽക്കൂട്ടായി. *മേള* ജോർജ് സ്വയമായിത്തന്നെ തന്റെ മികച്ച ഒരു ചിത്രമായി ഗണിക്കുന്നില്ലെങ്കിലും അത് ഒരു മികച്ച സംവിധായകന്റെ മുദ്രകൾ വഹിക്കുന്ന ചലച്ചിത്രമാണ്. ഒരു കുള്ളന്റേതുപോലെ സമൂഹത്തിലെ അരികുവല്ക്കരിക്കപ്പെട്ട ജീവിതത്തെ വളരെ ഹൃദയസ്പർശിയായി എന്നാൽ മെലോഡ്രാമയിലേക്ക് തെല്ലും വഴുതിവീഴാതെ അവതരിപ്പിക്കുന്ന *മേള* ശ്രദ്ധേയം തന്നെയാണ്. ശരീരത്തിലും വസ്ത്രങ്ങളിലുമാകെ ഭക്ഷണം വീണ് മലീമസമായി നിന്ന് മറ്റുള്ളവരുടെ പരിഹാസച്ചിരി ഏറ്റുവാങ്ങുന്ന ഗോവിന്ദന്റെ ദൃശ്യം പ്രേക്ഷകഹൃദയത്തിൽ ഒരു നൊമ്പരമായി ഏറെക്കാലം ശേഷിക്കുന്ന ഒന്നാണ്. സ്വാഭാവിക അഭിനയത്തിന്റെ ഉയരങ്ങൾ അനായാസം കീഴടക്കുന്ന രഘുവിന്റെ ഈ രംഗത്തിലുള്ള മുഖം *മേള*യുടെ ആകത്തുകയായി തന്നെ മാറുന്നുണ്ട്. ഇതോടൊപ്പം, ചിത്രത്തിന്റെ ഒന്നാം പകുതിയിലെ വടക്കൻ കേരള ഗ്രാമീണ രംഗങ്ങളും ദൃശ്യങ്ങളും മുഖങ്ങളും *മേള*യ്ക്ക് മറ്റൊരു മാനവും സമ്മാനിക്കുന്നുണ്ട്. ഗ്രാമത്തിൽ ഗോവിന്ദന് ലഭിക്കുന്ന സമ്മതിയും സ്വീകാര്യതയും രണ്ടാം പകുതിയിൽ അയാൾ ഏറ്റുവാങ്ങുന്ന അപമാനത്തിന്റെ തീവ്രതയേറുന്നതാകുന്നു.

*മേള*യ്ക്ക് ശേഷം പ്രശസ്ത നടനും നാടകസംവിധായകനുമായ പി ജെ ആന്റണി ആദ്യം *'ഒരു ഗ്രാമത്തിന്റെ ആത്മാവ്'* എന്ന പേരിൽ കഥയായി എഴുതുകയും പിന്നീട് *മൂന്ന് പെണ്ണുങ്ങളും കുറേ നാട്ടുകാരും* എന്ന പേരിൽ നാടകമായി അവതരിപ്പിക്കുകയും ചെയ്ത രചന ജോർജ് *കോലങ്ങൾ* എന്ന സിനിമയായി ആവിഷ്കരിച്ചു. ജോർജ് തന്നെ തിര

തിലകൻ കോലങ്ങൾ എന്ന ചിത്രത്തിൽ

ക്കഥ എഴുതിയ *കോലങ്ങൾ* പുറത്തിറങ്ങുന്നതിന് മാസങ്ങൾക്ക് മുന്നേ പി ജെ ആന്റണി അന്തരിച്ചു.

ഒരു തനി മദ്ധ്യതിരുവിതാംകൂർ ഗ്രാമത്തിന്റെ പച്ചയായ ജീവിതാവിഷ്കാരമാണ് *കോലങ്ങൾ.* ജോർജിന് ഏറെ പരിചിതമായ ഈ പശ്ചാത്തലത്തെ തികച്ചും അയത്നലളിതമായി തന്നെ സിനിമയിൽ ആവിഷ്കരിക്കാൻ കഴിഞ്ഞു. കുണ്ടറയ്ക്കടുത്തുള്ള ഒരു പുഴയോരഗ്രാമത്തിൽ വളരെ പരിമിതമായ ബജറ്റിൽ ഏറെ കഷ്ടപ്പാടുകൾ സഹിച്ചായിരുന്നു സിനിമയുടെ ചിത്രീകരണം. അത്യാവശ്യമായ വാഹനങ്ങളോ ജനറേറ്റർ പോലുമോ യൂണിറ്റിലില്ലായിരുന്നു. അതിനാൽ കെ എസ് ഇ ബിയിൽ അപേക്ഷ നല്കിയതിൻ പ്രകാരം അവർ നല്കുന്ന വൈദ്യുതിയുള്ള സമയത്ത് ഷൂട്ടിങ് നടത്തി.

പക്ഷേ, ഇതൊന്നും സിനിമയെ തെല്ലും ബാധിച്ചില്ല എന്നുമുള്ളത് വിസ്മയകരമായിരുന്നു. എല്ലാ ബുദ്ധിമുട്ടുകൾക്കിടയിലും ജോർജും കൂട്ടരും വളരെ ആസ്വദിച്ച് തന്നെയാണ് ഈ ഗ്രാമീണ ചിത്രം ഒരുക്കിയത്. ജോർജിന്റെ പ്രിയപ്പെട്ട ഛായാഗ്രാഹകൻ രാമചന്ദ്രബാബുവും അടുത്ത സുഹൃത്തും നിർമ്മാണ കാര്യദർശിയായ പി എ ലത്തീഫുമൊക്കെ അടങ്ങുന്ന സംഘം എല്ലാ പ്രാതികൂല്യങ്ങളെയും സമചിത്തതയോടെയും ലാഘവത്തോടെയും നേരിട്ട് അപൂർവ്വ സുന്ദരമായ ഒരു സിനിമയ്ക്ക് പിറവി നല്കുകയായിരുന്നു.

വലിയ പ്രദർശനവിജയമോ സർക്കാർ അംഗീകാരമോ *കോലങ്ങൾ*ക്ക് ലഭിച്ചില്ലെങ്കിലും അടൂർ ഗോപാലകൃഷ്ണനും ജോൺ എബ്രഹാമും കെ എസ് സേതുമാധവനും ഭരതനും പോലെയുള്ള ചലച്ചിത്രകാരന്മാരും നല്ല

സിനിമകളെ സ്നേഹിക്കുന്ന അഭിജ്ഞരായ പ്രേക്ഷകരും മുന്തിയ അഭിപ്രായമാണ് *കോലങ്ങൾ*ക്ക് നല്കിയത്. *കോലങ്ങളി*ലെ അഭിനയത്തിന് രാജം കെ നായർക്ക് മികച്ച രണ്ടാമത്തെ സഹനടിക്കുള്ള പുരസ്കാരം ലഭിച്ചത് മാത്രമാണ് സർക്കാർ തലത്തിൽ കിട്ടിയ ഏക അംഗീകാരം. പക്ഷേ, ഫ്രാൻസിലെ മേളയിലും മറ്റും ഇന്ത്യൻ ചിത്രങ്ങൾക്കിടയിൽ ഏറ്റവും ശ്രദ്ധ പിടിച്ചുപറ്റിയത് *കോലങ്ങളാ*യിരുന്നു.

ഒരർത്ഥത്തിൽ നാട്ടിൻപുറം 'നന്മകളാൽ സമൃദ്ധം' എന്ന ക്ലീഷേ ചൊല്ലിനെ വെല്ലുവിളിക്കുകയും നാട്ടിൻപുറവും ക്ഷുദ്രചിന്തകളുമായി നീങ്ങുന്ന മനുഷ്യരാൽ നഗരംപോലെ തന്നെ സമൃദ്ധമാണ് എന്ന് പ്രത്യക്ഷവല്ക്കരിക്കുകയും ചെയ്യുന്ന ആഖ്യാനമാണ് *കോലങ്ങളി*ലുള്ളത്. ഗ്രാമത്തിലെ കടത്തുവഞ്ചിക്കാരനായ പൈലി, (ഡി ഫിലിപ്പ്), ചന്തമറിയം എന്ന ചന്തയിലും പുറത്തുമൊക്കെയായി ചില്ലറ കച്ചവടങ്ങൾ നടത്തുന്ന മറിയം (രാജം കെ നായർ, അവരുടെ ഭർത്താവ് കൂലിപ്പണിക്കാരനായ പത്രോസ്, മകൾ കുഞ്ഞമ്മ (മേനക), മറിയത്തിന്റെ വീടിന്റെ നേരെ എതിരയൽപക്കത്തുള്ള വിധവയായ ഏലിയാമ്മ (ഗ്ലാഡിസ്), മകൾ ലീലാമ്മ, സദാ കള്ളും കുടിച്ച് കുതി കുന്തം മറിഞ്ഞ് നടക്കുന്ന കള്ള് വർക്കി (തിലകൻ), വർക്കിയുടെ ശിങ്കിടിയും നാട്ടിലെ പരദൂഷണവ്യവസായിയുമായ ചാക്കോ, വഴിയോരത്ത് ചായക്കട നടത്തുന്ന കേശവൻ (ശ്രീനിവാസൻ) ഗ്രാമത്തിലെ പ്രധാന ഭൂവുടമയും പരോപകാര തല്പരനുമായ രാമൻ നായർ, ഊച്ചാളി ചട്ടമ്പിത്തരവും പെണ്ണുങ്ങളുടെ കുളി കാണാനുള്ള ഒളിഞ്ഞ് നോട്ടവും ജാരവൃത്തിക്കുള്ള ശ്രമങ്ങളുമായി അലഞ്ഞ് നടക്കുന്ന പരമു (നെടുമുടി വേണു) തുടങ്ങിയവരാണ് ഗ്രാമത്തിലെ പ്രധാനകഥാപാത്രങ്ങൾ.

സുന്ദരിയും നിഷ്കളങ്കയുമായ കൗമാരക്കാരി കുഞ്ഞമ്മ എല്ലാ പുരുഷന്മാരുടെയും നോട്ടപ്പുള്ളിയാണ്. എന്നാൽ പൈലിയാണ് ആത്മാർത്ഥമായി ഒരുനാൾ അവളോട് തനിക്ക് അവളെ വിവാഹം ചെയ്താൽ കൊള്ളാമെന്ന ആവശ്യം ആദ്യമായി പറയുന്നത്. പക്ഷേ, കുഞ്ഞമ്മയ്ക്ക് ആ അഭ്യർത്ഥന അംഗീകരിക്കാനായില്ല. പൈലിച്ചേട്ടനോട് അവൾക്ക് വിരോധമൊന്നുമില്ലെങ്കിലും ഒരു ഭർത്താവായി അവൾക്ക് കാണാൻ കഴിയുന്നില്ല. ഇതിലുള്ള അനിഷ്ടം ഉള്ളിലുണ്ടെങ്കിലും പൈലി തുടർന്നും അവളെ അക്കരെ പാൽ വില്ക്കാനും മറ്റും നിത്യവും കടത്ത് കടത്തുന്നുണ്ട്.

ആദ്യഭാര്യ മരിച്ചുകഴിഞ്ഞ് ഒറ്റാംതടിയായി നില്ക്കുന്ന കള്ള് വർക്കിക്ക് കുഞ്ഞമ്മയെ ഭാര്യയാക്കിയാൽ കൊള്ളാമെന്നുണ്ട്. ചാക്കോ വഴി ആ ആവശ്യം പത്രോസിനടുത്ത് എത്തിക്കുന്നെങ്കിലും കേട്ടപാടേ തന്നെ അയാൾ അത് നിരാകരിക്കുന്നു. മാത്രവുമല്ല, തന്റെ ഭാര്യ മറിയമെങ്ങാനും ഇത് കേൾക്കാനിട വന്നാൽ പിന്നെ വല്ലാത്ത പുകിലായിരിക്കുമെന്ന് പത്രോസ് ചാക്കോയോട് പറയുന്നു.

അത് സത്യവുമാണ്. സത്യത്തിൽ ചന്തമറിയം ആ നാട്ടിൽ എല്ലാവർക്കും ഒരു പേടിസ്വപ്നമാണ്. നല്ല തണ്ടും തടിയും അതിനൊപ്പം പോന്ന ഉശിരുള്ള നാക്കും വീറും ഉള്ള മറിയത്തിനെ എതിരിടാൻ ആരുമൊന്ന് മടിക്കും. മറിയത്തിനോട് നേർക്കുനേരെ നാക്കുകൊണ്ട് പൊരുതുന്നത് ഏലിയാമ്മ മാത്രമാണ്. നിത്യവും രണ്ടയൽപക്കക്കാരികളും തമ്മിൽ ഒന്നും രണ്ടും പറഞ്ഞ് ചീത്തവിളിയുണ്ടാകും. പലപ്പോഴും ഈ വഴക്കുകൾ രണ്ട് വീടുകളിലെയും പെൺമക്കളുടെ ചാരിത്ര്യശുദ്ധിയെ ചൊല്ലിയാണുതാനും.

ഒരുനാൾ ഏലിയാമ്മയുടെ വകയിലൊരു അനന്തിരവനായ ഇട്ടൂപ്പ് എന്ന 'സുശീൽകുമാർ' ഗ്രാമത്തിലെത്തുന്നു. മദിരാശിയിലെ ഒരു സിനിമാ പ്രൊഡക്ഷൻ ബോയി ആയ ഇട്ടൂപ്പിന്റെ സിനിമാ ഗ്ലാമറുമായുള്ള വരവ് അവിടെ ചെറിയൊരു ഓളമുണ്ടാക്കുന്നു. എന്തായാലും ആ വരവിനൊടുവിൽ ഇട്ടൂപ്പ് ഏലിയാമ്മയുടെ സമ്മതത്തോടെ ലീലാമ്മയെയുംകൊണ്ട് മദിരാശിക്ക് സിനിമാപരിപാടിക്ക് പോകുന്നു. ലീലാമ്മ സിനിമയിൽ ചേരാൻ പോകുന്നു എന്ന കാര്യം വലിയൊരു നേട്ടമായി ഏലിയാമ്മ അലക്കുകാരി കാർത്ത്യായനിയോടുള്ള ഉച്ചത്തിലുള്ള സംഭാഷണത്തിൽ മറിയം കേൾക്കെ ആഘോഷിക്കുന്നുണ്ട്.

അങ്ങനെയിരിക്കെ, ചെറിയാൻ എന്ന അന്യദേശക്കാരനായ ഒരു കുപ്പിവളക്കച്ചവടക്കാരൻ യുവാവ് (വേണു നാഗവള്ളി) ഗ്രാമത്തിലെത്തുന്നു. ചെറിയാൻ താമസിയാതെ കുഞ്ഞമ്മയുടെ ഹൃദയത്തിലേക്കു പ്രവേശിക്കുന്നു. വളരെ ശാന്തശീലനും അദ്ധ്വാനിയും ആയ ചെറിയാനെ രാമൻനായർ, കേശവൻ, പൈലി എന്നിങ്ങനെ പലരും ഏറെ ഇഷ്ടപ്പെടുന്നു. രാമൻ നായർ ചെറിയാന് തന്റെ പുരിയിടത്തിലൊരിടത്ത് ഒരു ചെറിയ വീട് കെട്ടാനുള്ള അനുവാദവും കൊടുക്കുന്നു. തന്റെ ഒരനിയനെപ്പോലെ ചെറിയാനെ സ്നേഹിക്കുന്ന പൈലി ആ വീട് കെട്ടുന്നതിൽ തന്റെ ശാരീരികാദ്ധ്വാനം കൊണ്ട് പങ്കാളിയുമാകുന്നു.

എന്നാൽ ക്രമേണ ചെറിയാനും കുഞ്ഞമ്മയും തമ്മിലുള്ള പ്രണയം പുറത്തറിയുന്നതോടെ കാര്യങ്ങൾ മാറി മറിയുന്നു.

ഒരേ മതക്കാരനാണെങ്കിലും ഊരും നാളും ചരിത്രവും ഒന്നും അറിയാത്ത അന്യനാട്ടുകാരനെക്കൊണ്ട് തന്റെ പുന്നാരമകളെ കെട്ടിക്കാൻ മറിയം തീരെ ഒരുക്കമല്ല. കുഞ്ഞമ്മയുടെ പഴയ പ്രണയാഭ്യർത്ഥിയായ പൈലിയും ചെറിയാനോട് കടുത്ത നീരസത്തിലാകുന്നു.

ഇതിനിടെ ഒരുനാൾ സിനിമയിലേക്കുപോയ ലീലാമ്മ കണ്ണീരും നിറവയറുമായി തിരികെ എത്തുന്നു. കോടമ്പാക്കത്തിന്റെ അഴുക്കുചാലുകളിൽ കുറേനാൾ നീന്തിയതിന് അവൾക്ക് ആരോ കൊടുത്ത സമ്മാനമാണത്. സുശീൽ കുമാർ എങ്ങോ കടന്ന് കളയുകയും ചെയ്തു. കാര്യങ്ങൾ ആരുമറിയാതെയിരിക്കാൻ ഏലിയാമ്മ പണിപ്പെടുന്നെങ്കിലും ചാക്കോ, പരമു തുടങ്ങിയ പ്രധാന ദിവ്യന്മാരെല്ലാം ചേർന്ന് രഹസ്യങ്ങളെല്ലാം നാട്ടിൽ പാട്ടാക്കുന്നു. ഒരു രാത്രി മറിയം ഒളിച്ച് നിന്ന് ഏലിയാമ്മയുടെ വീട്ടിൽ

ലീലാമ്മയുടെ ഗർഭം നാടൻപ്രയോഗത്തിലൂടെ അലസിപ്പിക്കുന്നത് നേരിട്ട് കണ്ടതോടെ ആ പാട്ട് പരദൂഷണവ്യവസായികൾ ഉച്ചസ്ഥായിയിലാക്കുന്നു. ഇത് മറിയത്തിന് ഏലിയാമ്മയുടെ മേൽ ഒരു വിജയമാണ്.

പക്ഷേ, ഒരുനാൾ ചെറിയാൻ തന്റെ വീട്ടിനുള്ളിലേക്ക് കുഞ്ഞമ്മയെ പ്രവേശിപ്പിച്ചു എന്നത് പരമുവും മറ്റും കണ്ടുപിടിക്കുന്നത് നാട്ടിൽ പാട്ടാകുന്നതോടെ കുഞ്ഞമ്മയുടെ ചാരിത്ര്യശുദ്ധിക്ക് മേലെയും പരദൂഷണ വ്യവസായികൾ ചെളി വാരിയെറിയുന്നു. ഇതോടെ ഏലിയാമ്മയ്ക്ക് മറിയത്തോടുള്ള ഒരു തിരിച്ചടി വിജയത്തിനവസരവുമാകുന്നു.

പത്രോസും രാമൻനായരുമൊക്കെ കുഞ്ഞമ്മയെ ചെറിയാനു കെട്ടിച്ച് കൊടുക്കാൻ മറിയത്തിനെ പ്രേരിപ്പിക്കുന്നെങ്കിലും മറിയം അതെല്ലാം നിരാകരിക്കുന്നു. ആയിടെ, വിവാഹിതയായ കുഞ്ഞമ്മയുടെ കൂട്ടുകാരി ത്രേസ്യ, കുഞ്ഞമ്മ ചെറിയാനൊപ്പം നാട് വിട്ടുപോയി കല്യാണം കഴിക്കുക എന്നതുമാത്രമേ ആ പ്രണയസാഫല്യത്തിന് വഴിതുറക്കൂ എന്ന് പറയുന്നുണ്ടെങ്കിലും പരമസാധുവായ കുഞ്ഞമ്മയ്ക്ക് അതിനുള്ള ധൈര്യമില്ല.

അപ്രതീക്ഷിതമായി പണിസ്ഥലത്തുവച്ച് ഒരപകടമുണ്ടായി പത്രോസ് മരിക്കുന്നു. ഇതോടെ ആകെ പതറുന്ന മറിയം എത്രയും വേഗം കുഞ്ഞമ്മയെ ആർക്കെങ്കിലും കല്യാണം കഴിച്ച് കൊടുക്കാനുള്ള തത്രപ്പാടിലാണ്. മാത്രവുമല്ല ലീലാമ്മയ്ക്ക് ഒരു കല്യാണം ഉറച്ചു എന്നറിയുന്നതോടെ അതിന് ഒരു ദിവസം മുമ്പെങ്കിലും തന്റെ മകളുടെ കല്യാണം നടത്തണമെന്ന വാശിയുമുണ്ട് അവർക്ക്. അതിനായി മറ്റൊരിടത്തുള്ള തന്റെ സഹോദരനെ അവൾ ഏർപ്പാടാക്കുന്നു. അതിന്റെ ഫലമായി ഒരാലോചന ഏതാണ്ട് ശരിയായി വരുന്നുമുണ്ട്.

എന്നാൽ ആ ആലോചനയെപ്പറ്റി അറിയുന്ന വർക്കി ചാക്കോ മുഖേന ആ കല്യാണാലോചന ഭംഗിയായി മുടക്കുന്നു. ഇതോടെ നില്ക്കക്കള്ളിയില്ലാതാകുന്ന മറിയം ചാക്കോയുടെ ഇടപെടലിനെ തുടർന്ന് കുഞ്ഞമ്മയെ വർക്കിക്ക് കല്യാണം കഴിച്ച് കൊടുക്കാൻ സമ്മതിക്കുന്നു. തികഞ്ഞ നിസ്സഹായതയോടെ മാത്രമേ കുഞ്ഞമ്മയ്ക്കും ചെറിയാനുമെല്ലാം ഇത് കേൾക്കാനാകുന്നുള്ളൂ. ഇതിനോടകം തന്റെ വിരോധമെല്ലാം മറന്ന് ചെറിയാനോട് മാപ്പപേക്ഷിക്കുന്ന പൈലിക്കും ആ വാർത്ത സങ്കടകരമാണ്. കേശവൻ, രാമൻനായർ തുടങ്ങിയവരും ഇതിൽ ദുഃഖിതരാണ്.

എന്നാൽ നാട്ടിലെ നല്ല ദാമ്പത്യബന്ധങ്ങൾ കുൽസിത മാർഗ്ഗത്തിലൂടെ തകർക്കുകയും എല്ലാ നന്മകൾക്കും ഇടങ്കോലിടുകയും ചെയ്യുന്ന പരമുവിനും സംഘത്തിനുമെല്ലാം വർക്കി കുഞ്ഞമ്മ വിവാഹ വാർത്ത മറ്റൊരു കൗതുകവും പരദൂഷണവാർത്താ വിഭവവും മാത്രം. കേശവന്റെ ചായക്കടയിൽ വച്ച് പരമുവും സംഘവും കുഞ്ഞമ്മയെ ദുഷിച്ച് പറയുന്നതിനെ കേശവൻ എതിർക്കുന്നത് ഒരു കൈയാങ്കളിയിലെത്തുന്നു. കേശവന്റെ ചായക്കട തല്ലിത്തകർത്ത്, അവനെ ആട്ടിപ്പായിക്കുന്നതിലാണ് അതവസാനിക്കുന്നത്.

ചെറിയാൻ തന്റെ ചെറിയവീടിന് തീകൊളുത്തിയിട്ട് ആ നാട് വിടുകയാണ്. കള്ളുവർക്കിയും കുഞ്ഞമ്മയും തമ്മിലുള്ള വിവാഹം നടക്കുന്നു. നിസ്സഹായനായ പൈലിയാണ് നവവധൂവരന്മാരെ അക്കരെയുള്ള വർക്കിയുടെ വീട്ടിലേക്ക് കടത്തുകടത്തുന്നത്. ആ കടത്തിനിടയിൽ ത്തന്നെ കള്ളു വർക്കി കുപ്പികൾ പൊട്ടിച്ചുകൊണ്ടിരിക്കുയാണ്. നിതാന്തമായി ഒഴുകാൻ പോകുന്ന ഒരു കണ്ണീരാറ്റിലേക്കാണ് താൻ കുഞ്ഞമ്മയെ വർക്കിക്കൊപ്പം കടത്ത് കടത്തുന്നത് എന്ന് പൈലിക്കറിയാം.

ആ കടത്ത് യാത്രയിൽ ചിത്രം തീരുന്നു

സാധാരണ അതേവരെയുള്ള സിനിമകളിൽ ഗ്രാമീണതയെ വല്ലാതെ മഹത്ത്വവല്ക്കരിക്കുക എന്ന അനുഭവത്തിന് വിപരീതമായി *കോലങ്ങളിൽ* ഗ്രാമീണതയിൽ ഉൾച്ചേർന്നിരിക്കുന്ന സങ്കുചിതത്വത്തിന്റെയും അതിന്റെ ഫലമായുണ്ടാകുന്ന കുടിലതയെയും അതിന്റെ തനിമയോടെ ആവിഷ്കരിക്കുന്നു. മാത്രവുമല്ല ആ കുടിലത ആത്യന്തികമായി ഗ്രാമീണതയിലെ നന്മയെ തകർക്കുന്നതിന്റെ വിജയത്തിലവസാനിക്കുന്ന ആഖ്യാനവുമാണ് ചിത്രത്തിലുള്ളത്. എന്നാൽ ഇതെല്ലാം ഹാസ്യാത്മകമായാണ് ആഖ്യാനപ്പെട്ടിരിക്കുന്നത്. അതുകൊണ്ടുതന്നെ ഹാസ്യത്തിനവസാനമുള്ള ദുരന്തം കൂടുതൽ തീവ്രവുമാകുന്നു.

പക്ഷേ, ഗ്രാമീണതയുടെ ഭൂപടത്തിലെ വശ്യമായ പ്രകൃതിചിത്രങ്ങൾ *കോലങ്ങൾ*ക്ക് വ്യത്യസ്തമായ ഒരു ദൃശ്യചാരുത പകരുന്നുമുണ്ട്. പുഴയും കടത്തും നാട്ടിടവഴികളും ചന്തയും വഴിയോര ചായക്കടയും കശുമാവുകൾ തോരണം ചാർത്തുന്ന കുന്നുകളും കുളിക്കടവുകളും കേവലം പോസ്റ്റ് കാർഡ് ദൃശ്യഭംഗികൾക്കപ്പുറം ഒരു ഗ്രാമത്തിന്റെ ആത്മാവിനെ തൊട്ടറിയാവുന്ന വിധം സിനിമയിൽ കടന്നുവരുന്നുണ്ട്.

ഒരു പരിധിവരെ കാർട്ടൂണിഷ് എന്നോ കാരിക്കേച്ചർ എന്നോ വിശേഷിപ്പിക്കാവുന്ന രീതിയിൽ ആയിരുന്നു *കോലങ്ങളി*ലെ കഥാപാത്രവിഷ്കാരങ്ങൾ. മലയാള സിനിമ അതുവരെ പരിചയിച്ചിട്ടുള്ള ഹാസ്യത്തിൽ നിന്ന് തീർത്തും വിഭിന്നമായ ഒരു ഹാസ്യതലം വഹിക്കുന്ന *കോലങ്ങൾ* തിലകൻ, രാജം, കെ നായർ പോലെയുള്ള മികച്ച അഭിനേതാക്കളുടെ നിറം പിടിപ്പിക്കാത്ത അഭിനയശൈലികൊണ്ടും ധന്യമായിരുന്നു. *കോലങ്ങൾ* മേനക എന്നൊരു പുതിയ നായികയെ കൂടി മലയാളത്തിന് സമ്മാനിക്കുകയും ചെയ്തു. അന്ന് പതിനാലോ പതിനഞ്ചോ വയസ്സ് മാത്രം പ്രായമുണ്ടായിരുന്ന മേനക അതിന് മുന്നേ ഒരു തമിഴ് ചിത്രത്തിൽ മാത്രമേ അഭിനയിച്ചിരുന്നുള്ളൂ. പക്ഷേ, ആ പരിചയക്കുറവിനെയും മലയാളം അറിയാത്ത ഒരു മറുനാട്ടുകാരി ആണെന്ന പരിമിതിയെയും എല്ലാം മറികടന്ന് സംവിധായകന്റെ നിർദ്ദേശങ്ങൾ തികഞ്ഞ തന്മയത്വത്തോടെ ഉൾക്കൊണ്ട് തന്റെ കഥാപാത്രവുമായി അവർ ഇണങ്ങിച്ചേർന്നു. സംവിധായകന്റെ മനസ്സിന് ചേർന്ന ഒരു നടിയായിരുന്നെങ്കിലും പിന്നീട് മേനകയെ വച്ച് ഒരു ചിത്രം ചെയ്യാനായില്ല എന്നത് ജോർജ് ഖേദപൂർവ്വം ഓർക്കുന്നു.

5

യവനിക
ജനപ്രീതി നേടിയ സിനിമ

അടുത്ത ചിത്രമായ *യവനിക* ജോർജിന്റെ ചലച്ചിത്ര സപര്യയിലെ ഏറ്റവും വലിയ വിജയമാവുകയായിരുന്നു. ഗൗരവമായി സിനിമയെ സമീപിക്കുന്നവർക്കിടയിലും സാമാന്യസിനിമാ പ്രേക്ഷകർക്കിടയിലും ഒരുപോലെ ഇത്രമേൽ അംഗീകാരവും പ്രശംസയും നേടിയ വേറൊരു ജോർജ് ചിത്രവുമില്ല. ഇപ്പോൾ വർഷങ്ങളേറെ കഴിഞ്ഞ് എക്കാലത്തെയും മികച്ച മലയാളസിനിമകളുടെ എല്ലാ കണക്കെടുപ്പുകളിലും ഏറ്റവും മുന്തിയ അഞ്ചിലോ പത്തിലോ *യവനിക* ഇടം പിടിക്കുന്നുണ്ട്.

ഇവിടെ കൗതുകകരമായ ഒരു കാര്യം പറയേണ്ടതുണ്ട്. ഇൻസ്റ്റിറ്റ്യൂട്ട് പരിശീലനം കഴിഞ്ഞ് കോടമ്പാക്കത്തേക്ക് എത്തിയപ്പോൾ തന്നെ ജോർജിന് ഒരു ഫിലിം മേയ്ക്കർ എന്ന രീതിയിൽ താൻ ചെയ്യേണ്ട സിനിമകളെക്കുറിച്ച് ചില നിശ്ചിതധാരണകളുണ്ടായിരുന്നു. വിവിധ ജീവിത മേഖലകളെ ആധാരമാക്കിയുള്ളതായിരുന്നു ഈ ചിത്രങ്ങൾ. നാടകവുമായി ബന്ധപ്പെട്ട ഒരു സിനിമ, സിനിമകൾക്കുള്ളിലെ സിനിമയുടെ കഥ പറയുന്ന സിനിമ, സ്ത്രീവ്യവസ്ഥയെ ആഖ്യാനം ചെയ്യുന്ന സിനിമ, ഒരു സമ്പൂർണ്ണ ആക്ഷേപഹാസ്യ രാഷ്ട്രീയ സിനിമ, ഒരു ചരിത്ര സിനിമ എന്നിങ്ങനെ. ഇക്കൂട്ടത്തിൽ നാടകപശ്ചാത്തലത്തിലുള്ള സിനിമയാണ് *യവനിക*.

മേള കണ്ട് ഇഷ്ടപ്പെട്ട് ഹെൻറി എന്നൊരു മറുനാടൻ മലയാളി നിർമ്മാതാവ് ജോർജിനെക്കൊണ്ട് ഒരു സിനിമ ചെയ്യിക്കണം എന്ന മോഹവുമായി എത്തിയതോടെയാണ് *യവനിക*യുടെ പ്രവർത്തനങ്ങൾ തുടങ്ങിയത്. കുട്ടിക്കാലം മുതലേ ജോർജിന് ഏറെ പരിചിതമായ ഒരു മേഖലയായിരുന്നു നാടകരംഗം. അക്കാലത്തൊക്കെ മലയാള നാടകവേദി വളരെ ജനപ്രിയകരവും സജീവവുമായിരുന്നു. ചങ്ങനാശ്ശേരിയിൽ താമസി

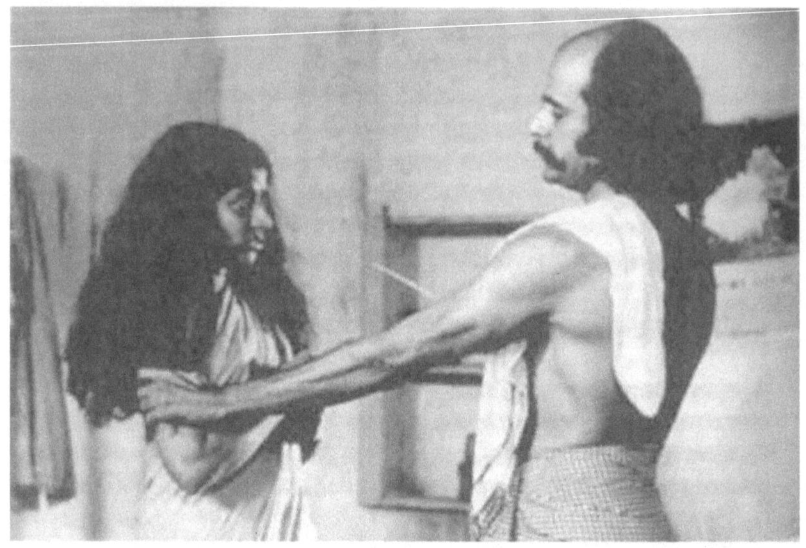

യവനികയിൽ ഭരത് ഗോപിയും ജലജയും

ക്കുന്ന കാലത്ത്, അന്നത്തെ പ്രശസ്ത നാടകഗ്രൂപ്പായ ചാച്ചപ്പന്റെ ഗീഥാ തിയേറ്റേഴ്സിന്റെ നാടക കളരി വീടിന് സമീപമായിരുന്നു. അവരുടെ നാടക പരിശീലനത്തിന്റെ കാഴ്ചക്കാരനായും അവരോടൊപ്പം നാടക വേദികളിലേക്ക് സഞ്ചരിച്ചും ജോർജ് നാടകട്രൂപ്പുകളുടെ പച്ചയായ ജീവിതം നേരിൽ കണ്ടറിഞ്ഞിരുന്നു. ചാച്ചപ്പൻ എന്ന ട്രൂപ്പ് ഉടമയും സംവി ധായകനുമായ മനുഷ്യന്റെ മാതൃകയിലാണ് *യവനിക*യിലെ തിലകൻ അവതരിപ്പിച്ച വക്കച്ചൻ മുതലാളി എന്ന ട്രൂപ്പ് ഉടമയായ കഥാപാത്രം.

തബലിസ്റ്റ് അയ്യപ്പൻ എന്നൊരു കലാകാരന്റെ അരാജകജീവിതത്തെ തുടർന്നുണ്ടായ അയാളുടെ കൊലപാതകവും അതിന്റെ പൊലീസ് കുറ്റ ന്വേഷണവുമാണല്ലോ *യവനിക*യുടെ കേന്ദ്രപ്രമേയം. പി എ ലത്തീഫ് പറഞ്ഞ ആലപ്പി ഉസ്മാൻ എന്നൊരു തബലിസ്റ്റിന്റെ ജീവിതാനുഭവമാണ് അയ്യപ്പനിലേക്ക് ജോർജിനെ എത്തിച്ചത്. നിരവധി നാടകക്കമ്പനികളു മായി ബന്ധമുണ്ടായിരുന്ന ഉസ്മാനെ ഒരുദിവസം കാണാതാകുന്നു. പലരും അയാളെ പലയിടത്തും കണ്ടതായി പറഞ്ഞ് കേട്ടെങ്കിലും അയാൾ പിന്നീടൊരിക്കലും നാടകലോകത്ത് വന്നതേയില്ല. ജോർജിനെ ഏറെ ആകർഷിച്ച ആ ജീവിതാനുഭവത്തിൽനിന്ന് നാടകപശ്ചാത്തലത്തിലുള്ള കഥയിലേക്കും കുറ്റാന്വേഷണത്തിലേക്കും വളരെ വേഗം കഥ വികസി പ്പിക്കാൻ സാധിച്ചു. ആദ്യം പ്രശസ്ത നാടകകൃത്ത് കെ ടി മുഹമ്മദിനെ യാണ് തിരക്കഥാ രചനയ്ക്കായി നിയോഗിച്ചിരുന്നതെങ്കിലും അദ്ദേഹ ത്തിന്റെ പലവിധ തിരക്കുകൾമൂലം ഉദ്ദേശിച്ച വേഗത്തിൽ രചന നടന്നി

ല്ല. മാത്രവുമല്ല എഴുതിയ ഭാഗങ്ങൾ വച്ച് ചിത്രീകരണം തുടങ്ങിയെങ്കിലും ജോർജിന് അത് തീരെ തൃപ്തികരവുമായില്ല. അതോടെ തല്ക്കാലം ചിത്രീകരണം നിർത്തിവച്ച്, നടീനടന്മാരുടെ സഹകരണത്തോടെ ഒരുമാസത്തിന് ശേഷം ഷൂട്ടിങ് പുനരാരംഭിക്കുകയായിരുന്നു.

*യവനിക*യുടെ കഥ ഇങ്ങനെ: വക്കച്ചൻ നടത്തുന്ന ഭാവനാ തിയേറ്റേഴ്സ് എന്ന നാടകട്രൂപ്പിലെ തബലിസ്റ്റാണ് അയ്യപ്പൻ. ഒരുനാൾ രാവിലെ നാടകവാതരണത്തിനായി പോകാൻ ട്രൂപ്പിലെ മറ്റെല്ലാ അംഗങ്ങളും തയ്യാറായി വണ്ടിയിൽ കയറിയെങ്കിലും, അയ്യപ്പനെ മാത്രം കാണുന്നില്ല. തികച്ചും മദ്യപാനിയും അരാജക ജീവിതം നയിക്കുന്നയാളുമായ അയ്യപ്പനെ കാണാത്തതിൽ സത്യത്തിൽ ആർക്കും വലിയ അത്ഭുതമൊന്നുമില്ല. തലേ രാത്രിയിൽ എവിടെയെങ്കിലും ചാരായം സേവിച്ച് ഉറങ്ങിക്കിടപ്പുണ്ടാകുമെന്നും നാടകാവതരണത്തിന്റെ സ്ഥലത്ത് സമയമാകുമ്പോൾ അയാൾ എത്തിക്കൊള്ളുമെന്നും സമാശ്വസിച്ച് നാടകട്രൂപ്പ് യാത്രയാകുന്നു. പോകുന്നവഴി, അയ്യപ്പന്റെ പതിവ് ചാരായഷാപ്പിൽ അവർ നടത്തുന്ന അന്വേഷണത്തിൽ തലേരാത്രി അയാൾ അവിടെനിന്നും കുടിച്ച് ലക്ക് കെട്ടു പോയിരുന്നു എന്നും അറിയുന്നതോടെ എല്ലാവരും ആ പ്രതീക്ഷയിൽ കൂടുതൽ ഉറയ്ക്കുന്നു. പോകുന്ന വഴി ട്രൂപ്പിലെ പ്രധാന നടിയും അയ്യപ്പന്റെ ഇപ്പോഴത്തെ ഭാര്യയുമായ രോഹിണിയെ അയാളുടെ വീട്ടിൽ നിന്ന് വണ്ടിയിൽ കയറ്റിക്കൊണ്ടുപോകുമ്പോൾ അവൾക്കും അയ്യപ്പൻ എവിടെയെന്ന് അറിഞ്ഞുകൂടാ എന്ന മറുപടിയാണുള്ളത്.

എന്തായാലും അന്നത്തെ നാടകാവതരണത്തിന്റെ സ്ഥലത്ത് അയ്യപ്പൻ എത്തുന്നതേയില്ല. എന്നുതന്നെയല്ല പിന്നീടുള്ള ദിവസങ്ങളിലും അയ്യപ്പനെക്കുറിച്ച് യാതൊരു വിവരവുമില്ല. അയ്യപ്പനെ കുറിച്ച് നല്ല ഒരഭിപ്രായമുള്ള ഒരാളും ആ ട്രൂപ്പിലില്ല. എന്നുമാത്രമല്ല അയാളെ കുറിച്ച് ഏറ്റവും മോശമായ അഭിപ്രായങ്ങളും മോശമായ അനുഭവങ്ങളുടെ ഓർമ്മകളും മാത്രാണ് എല്ലാവർക്കുമുള്ളത്.

ഒന്നാംതരം തബലിസ്റ്റാണെങ്കിലും അയ്യപ്പന്റെ ജീവിതമത്രയും മദ്യത്തിലും മദിരാക്ഷിയിലുമാണ്. ട്രൂപ്പുകാരുടെ അറിവിൽ തന്നെ, രോഹിണി അയാളുടെ മൂന്നാമത്തെ ഭാര്യയോ അല്ലെങ്കിൽ ഭാര്യക്ക് സമാനമായി കൂടെയുള്ളവളോ ആണ്. രണ്ടാമത്തെ ഭാര്യയും അവരിൽ അയാൾക്കുണ്ടായ വിഷ്ണു എന്ന ചെറുപ്പക്കാരനായ മകനും അധികം അകലത്തല്ലാതെ ഒരു സ്ഥലത്തുണ്ട്. ഇതെല്ലാം കൂടാതെ അയാൾ മറ്റു സ്ത്രീകളെയും ട്രൂപ്പിലെ നടികളെയും പ്രാപിക്കാൻ നിരന്തരം ശ്രമിക്കുന്നുണ്ട്.

തീരെയും നിർദ്ധനമായ ഒരു കുടുംബത്തിലെ മൂത്ത പെൺകുട്ടിയായ രോഹിണിയെ ഒരു ഡാൻസ് പരിപാടിക്കിടയിൽ അവിടെ തബല വായിക്കാനെത്തിയ അയ്യപ്പൻ കാണുന്നു. തുടർന്ന് അയ്യപ്പൻ അവളുടെ വീട്ടിലെത്തുകയും അവളെ തനിക്ക് ബന്ധമുള്ള നാടകട്രൂപ്പിലെടുക്കാമെന്ന വാഗ്ദാനം നല്കുകയും ചെയ്യുന്നു. ആ സമയത്ത് ഭാവനാതിയേറ്റേഴ്സിലെ

നായിക നടിയായ പെൺകുട്ടിയുടെ പെട്ടെന്നുള്ള കല്യാണം നിശ്ചയത്തിലൂടെ ട്രൂപ്പിൽ സംഭവിക്കുന്ന ഒഴിവിലേക്ക് അയ്യപ്പൻ രോഹിണിയെ കൂട്ടിക്കൊണ്ടുവരുന്നു. മികച്ച പ്രകടനത്തിലൂടെ രോഹിണി ട്രൂപ്പിനെ അതിശയിപ്പിക്കുകയും അവൾ തെരഞ്ഞെടുക്കപ്പെടുകയും ചെയ്യുന്നു.

കുടുംബനാഥൻ മരണമടഞ്ഞതിനെ തുടർന്ന് രോഗിണിയായ ഒരമ്മയും പറക്കമുറ്റാത്ത രണ്ടനിയത്തിമാരും മാത്രമുള്ള കുടുംബത്തിന്റെ ഏക അത്താണിയാണ് രോഹിണി. തന്റെ മകളെ ഒരു സഹോദരനെ പോലെ അയ്യപ്പൻ നോക്കിക്കൊള്ളുമെന്നും രോഹിണിയിലൂടെ കുടുംബത്തിന് നല്ലൊരു ഭാവിവരുമെന്നുമുള്ള പ്രതീക്ഷയിലാണ് അവളെ ആ അമ്മ അയാൾക്കൊപ്പം അയക്കുന്നത്. അയ്യപ്പനാകട്ടെ രോഹിണി പൂർണ്ണമായും തന്റെ സംരക്ഷണയിലാണെന്ന പ്രഖ്യാപനവുമായി അവളെ ട്രൂപ്പിന്റെ ക്യാമ്പിൽ താമസിക്കാൻ അനുവദിക്കുന്നില്ല, ട്രൂപ്പിലുള്ള ആണുങ്ങളെ തനിക്കത്ര വിശ്വാസമില്ല എന്നും അയാൾ പറയുന്നുണ്ട്.

അങ്ങനെ അയ്യപ്പൻ തനിച്ച് താമസിക്കുന്ന വാടകവീട്ടിലേക്ക് രോഹിണിയെയും കൂടെ കൊണ്ടുവരുന്നു. അയാളുടെ ഭാര്യയും കുട്ടിയും ആ വീട്ടിലുണ്ടാകുമെന്ന ചിന്തയിലാണ് രോഹിണി അവിടെയെത്തുന്നത്. എന്നാൽ വീട്ടിലെത്തുമ്പോൾ മാത്രമാണ് രോഹിണി യാഥാർത്ഥ്യങ്ങൾ തിരിച്ചറിയുന്നത്. താമസിയാതെ തന്നെ അവൾ ശാരീരികമായി അയാൾക്ക് വഴങ്ങിക്കൊടുക്കേണ്ടിവരുന്നു. അതോടെ മറ്റ് ഗതിയില്ലാതായ രോഹിണി ഒരു ഭാര്യയെപ്പോലെ അവിടെ കഴിയാൻ നിർബ്ബന്ധിതയാകുന്നു. മാത്രമവുമല്ല നാടകാഭിനയത്തിൽനിന്നുള്ള അവളുടെ വരുമാനം അയ്യപ്പന്റെ മദ്യപാനത്തിന് മുതൽക്കൂട്ടുമാണ്.

അയ്യപ്പനെ കാണാതായി രണ്ടാഴ്ചയോളമാകുന്നതോടെ എല്ലാവരുടെയും ഉപദേശപ്രകാരം വക്കച്ചൻ പൊലീസിൽ ഒരു പരാതി കൊടുക്കുന്നു. പൊലീസിലെ സമർത്ഥനായ കുറ്റാന്വേഷകനായ തോമസ് ഈരാളി എന്ന ഓഫീസറിനാണ് കേസന്വേഷണത്തിന്റെ ചുമതല നല്കുന്നത്.

ഈരാളി ഭാവനാ തിയേറ്റേഴ്സിലെത്തി ഓരോരുത്തരെയായി ചോദ്യം ചെയ്ത് തുടങ്ങുന്നു. ട്രൂപ്പിലെ ഓരോ അംഗത്തിൽനിന്നും അയ്യപ്പൻ എന്ന വ്യക്തിയുടെ നൃശംസതയുടെ പലമുഖങ്ങളും വെളിവാകുന്നു. ട്രൂപ്പുകാരെ കൂടാതെ അയ്യപ്പന്റെ രണ്ടാം ഭാര്യ, മകൻ വിഷ്ണു, ചാരായഷാപ്പുടമ എന്നിങ്ങനെ അയ്യപ്പനുമായി ബന്ധപ്പെട്ടിരുന്ന മറ്റു പലരെയും ചോദ്യം ചെയ്യുന്നുണ്ട്. ഇവരുടെയെല്ലാം സംസാരത്തിൽനിന്ന് അയ്യപ്പനെ കാണാതാകുന്നതിന്റെ ആ രാത്രിയിൽ അയാൾ കണക്കറ്റ് മദ്യപിച്ചിരുന്നെന്നും ഇവരിൽ പലരുമായി വഴക്കിട്ടിരുന്നെന്നും ഒക്കെ വ്യക്തമാകുന്നുണ്ട്. അപ്പനോട് തികഞ്ഞ കലിയുള്ളവനും ആ രാത്രി അമ്മ പറഞ്ഞയച്ചതനുസരിച്ച് കുറേ പണം ആവശ്യപ്പെട്ട് നാടകക്യാമ്പിൽ അയ്യപ്പനെ കാണാനെത്തിയിരുന്നവനുമായ വിഷ്ണു, രോഹിണിയോട് ഒരാർദ്രഭാവമുള്ളയാളും രോഹിണിക്കും തിരിച്ചങ്ങോട്ട് അതേ മാനസികഭാവമുള്ള

യാളുമായ ട്രൂപ്പിലെ വില്ലൻ കഥാപാത്രത്തെ അവതരിപ്പിക്കുന്ന ജോസഫ് കൊല്ലപ്പള്ളി എന്ന ചെറുപ്പക്കാരനായ നടൻ, വിഷ്ണുവിന് പണം കൊടുത്ത് വിടാനായി താൻ നിധിപോലെ അനിയത്തിക്കായി സൂക്ഷിച്ചിരുന്ന കമ്മലുകൾ ആ രാത്രി ബലാൽക്കാരമായി തന്റെ പക്കൽ വന്ന് അയ്യപ്പൻ എടുത്തുകൊണ്ടുപോകുന്നതോടെ അയാളോട് വർദ്ധിത കലിയുള്ളവളായ രോഹിണി, മുൻനാളുകളിലെ വഴക്കുകളുടെ പേരിൽ അയ്യപ്പനോട് പകയുള്ള ബാലഗോപാലൻ എന്നിങ്ങനെ ഒരുപിടിയാളുകൾ അയ്യപ്പനെ ഏതെങ്കിലും രീതിയിൽ അപായപ്പെടുത്താനുള്ള സാദ്ധ്യതയുമുണ്ടെന്ന് അന്വേഷണങ്ങളിൽ തെളിയുന്നു. അതേസമയം അയ്യപ്പൻ ഇപ്പോൾ ജീവിച്ചിരിപ്പുണ്ടോ അതോ ഇല്ലയോ എന്ന കാര്യത്തിലും ഒരു വ്യക്തതയില്ലാത്തതും ഈരാളിയെ കുഴയ്ക്കുന്നുണ്ട്.

അന്വേഷണത്തിൽ തൃപ്തികരമായ പുരോഗതി ഉണ്ടാകുന്നില്ല എന്ന് പറയുന്ന പത്രക്കാരുടെ വിമർശനങ്ങളും അതിന്റെ പേരിൽ മേലധികാരികളിൽനിന്നുള്ള സമ്മർദ്ദവുമെല്ലാം അയാളെ വല്ലാതെ ഈർഷ്യപ്പെടുത്തുന്നു.

എന്നാൽ ഒരുനാൾ ഒരു പൊട്ടിച്ച കുപ്പികൊണ്ട് വയറ്റിൽ മുറിവേറ്റ് കൊലപ്പെട്ട നിലയിൽ അയ്യപ്പന്റെ മൃതശരീരം വയലോരത്ത് മണ്ണിനടിയിൽ കുഴിച്ചിട്ടിരുന്നത് കണ്ടെടുക്കപ്പെടുന്നതോടെ അന്വേഷണം ഒരു വഴിത്തിരിവിലെത്തുന്നു. മൃതശരീരത്തിന് സമീപത്തുനിന്ന് കണ്ടെടുക്കപ്പെട്ട ചിലവസ്തുക്കളുടെ സൂക്ഷ്മപരിശോധന നടത്തുന്ന ഈരാളിക്ക് ഒരു കീചെയിൻ നിർണ്ണായകമായ സൂചന നല്കുന്നു.

ആ കീ ചെയിനിൽ ജെ കെ എന്ന ഇംഗ്ലീഷ് അക്ഷരങ്ങളുമുണ്ട്. അതോടെ അത് ജോസഫ് കൊല്ലപ്പള്ളി എന്നതിന്റെ ഇനീഷ്യലുകളാണെന്ന് വ്യക്തമാകുന്നു. തുടർന്ന് കൊല്ലപ്പള്ളിയെ ചോദ്യം ചെയ്യുമ്പോൾ അയാൾ കുറ്റം ഏല്ക്കുന്നു. നല്ല മഴയുണ്ടായിരുന്ന ആ രാത്രിയിൽ അയ്യപ്പൻ ചാരായഷാപ്പിൽ നിന്നിറങ്ങി വീട്ടിലേക്ക് പോകുന്ന വഴിയിൽ കൊല്ലപ്പള്ളിയെ കണ്ടുമുട്ടുന്നു. രോഹിണിയുമായി കൊല്ലപ്പള്ളിക്കുള്ള അടുപ്പത്തെ ചൊല്ലി മുന്നേ തന്നെ അയാളുമായി വഴക്കിട്ടിരുന്ന അയ്യപ്പൻ കൊല്ലപ്പള്ളിയുമായി ചാരായലഹരിയിൽ ഏറ്റുമുട്ടുന്നു. ഏറ്റുമുട്ടലിനിടയിൽ കൊല്ലപ്പള്ളി അയ്യപ്പന്റെ പക്കൽ തന്നെ ഉണ്ടായിരുന്ന ചാരായക്കുപ്പി പൊട്ടിച്ചത് ഉപയോഗിച്ച് അയ്യപ്പന്റെ വയറിൽ കുത്തുന്നു. അയ്യപ്പൻ മരിക്കുന്നു. തുടർന്ന് കൊല്ലപ്പള്ളി അനാളുടെ വീട്ടിൽനിന്ന് കൊണ്ടുവരുന്ന തൂമ്പയുപയോഗിച്ച് അയ്യപ്പന്റെ ശവം മണ്ണിനടിയിൽ കുഴിച്ചിടുന്നു.

എന്നാൽ കൊല്ലപ്പള്ളിയുടെ ഈ കുറ്റസമ്മതത്തിൽ ഈരാളി തൃപ്തനല്ല. അയ്യപ്പനുമായി കൊല്ലപ്പള്ളി ആ രാത്രി കണ്ടുമുട്ടിയെന്ന് പറയുന്നിടത്തു നിന്ന് ഏതാണ്ട് മൂന്ന് കിലോമീറ്റർ അകലെയാണ് ശവം കണ്ടെടുക്കപ്പെട്ടിരിക്കുന്നത്. കൊല്ലപ്പള്ളി പറയുന്നതുപോലെ അത്രയും ദൂരം ശവം തനിയെ വലിച്ചിഴച്ച് കൊണ്ടുവന്ന് മറവ് ചെയ്തു എന്നതിൽ ഈരാളിക്ക് ഒരവിശ്വസനീയത അനുഭവപ്പെടുന്നു. ഒപ്പം കൊല ചെയ്യാനുപയോഗിച്ച

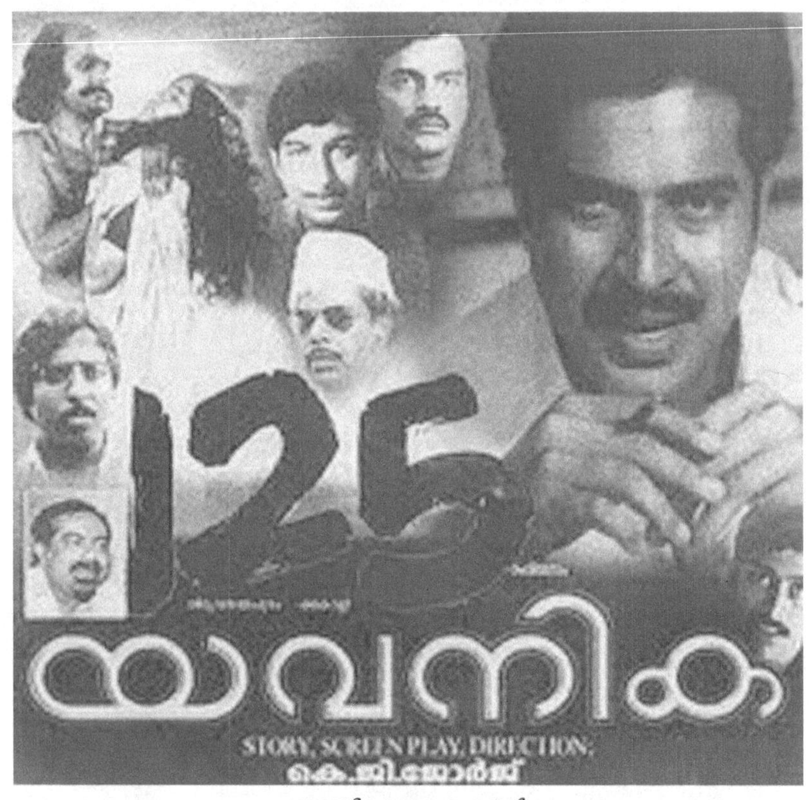

യവനികയുടെ പോസ്റ്റർ

കുപ്പിയുടെ മറ്റ് എല്ലാ ഭാഗങ്ങളും കണ്ടുകിട്ടിയെങ്കിലും ഒരു പ്രധാന പാളി മാത്രം എങ്ങുനിന്നും കണ്ടെത്താനായില്ല. എന്നതും ഈരാളിയെ സംബന്ധിച്ച് വളരെ പ്രധാനപ്പെട്ട ഒരു ദുരൂഹതയായി തീരുന്നു.

ഈരാളി അയ്യപ്പനും രോഹിണിയും താമസിച്ചിരുന്ന വീട്ടിലെത്തുന്നു. ആ വീടിന്റെ പരിസരത്തുനിന്ന് അയാൾക്ക് അത് കിട്ടുന്നു. നാളുകളായി തേടിക്കൊണ്ടിരുന്ന കുപ്പിയുടെ അവശേഷിക്കുന്ന പാളി.

അതോടെ കൊല നടന്നതും ആ വീടും തമ്മിൽ ഒരടുത്ത ബന്ധമുണ്ടെന്ന് വ്യക്തമാകുകയാണ്.

ഈരാളിപൊലീസ് സംഘവും ഭാവനാതിയേറ്റേഴ്സിന്റെ അടുത്ത നാടകാവതരണ പരിസരത്തെത്തുന്നു. അവിടെ നാടകം തുടങ്ങുന്ന ആദ്യഭാഗത്തുതന്നെ പ്രത്യക്ഷപ്പെടേണ്ട രോഹിണി കടുത്ത മാനസിക സമ്മർദ്ദത്തിലാണെന്നത് നമ്മൾ കാണുന്നു. വേദിയിലേക്ക് പ്രവേശിക്കുന്ന രോഹിണി കഥാപാത്രത്തിന്റേതല്ലാത്ത പല സംഭാഷണങ്ങളും വിളിച്ചുപറയുന്നു. അതോടെ നാടകം നിർത്തിവക്കേണ്ടിവരുന്നു. രോഹിണി കുഴ

ഞ്ഞുവീഴുന്നു.

തുടർന്ന് രോഹിണി ഈരാളിക്ക് മുമ്പിൽ എല്ലാം തുറന്ന് പറയുന്നു. ചാരായം സേവിച്ച് ലക്കുകെട്ട് വീട്ടിൽ കയറി വരുന്ന അയ്യപ്പൻ തന്റെ കമ്മലുകൾ വില്ക്കുകയാണ് അല്ലാതെ അയാൾ അവ ബലാൽക്കാരമായി എടുത്തപ്പോൾ പറഞ്ഞതുപോലെ പണയപ്പെടുത്തുകയായിരുന്നില്ല എന്ന് അറിയുന്ന രോഹിണിക്ക് സമനില തെറ്റുന്നു. മാത്രവുമല്ല, തുടർന്ന് അയ്യപ്പൻ രോഹിണിയുടെ നേരെ ഇളയ അനിയത്തിയെക്കൂടി ഇവിടെ അയാളുടെ അന്തിക്കൂട്ടിനായി കൊണ്ടുനിർത്തുന്നതിനെപ്പറ്റി പറയുന്നതോടെ അവൾ സംഹാരരുദ്രയാകുന്നു. തന്നെ പ്രാപിക്കാൻ വരുന്ന അയ്യപ്പനെ അവൾ പിടിച്ചുതള്ളുന്നു. തുടർന്നുണ്ടാകുന്ന പിടിവലിയിൽ കുപ്പി കൊണ്ട് അവൾ അയാളെ വയറ്റിൽ കുത്തിക്കൊല്ലുന്നു.

ആദ്യത്തെ മാനസികാഘാതത്തിൽ നിന്നുണരുന്ന രോഹിണി കൊല്ലപ്പള്ളിയുടെ വീട്ടിലെത്തി അയാളോട് കാര്യം പറയുന്നു. തുടർന്ന് കൊല്ലപ്പള്ളി ശവം മറവ് ചെയ്യുന്നു. പക്ഷേ കൊല്ലാനുപയോഗിച്ച കുപ്പിയുടെ ഭാഗങ്ങളും ശവത്തോടൊപ്പം കുഴിച്ചിട്ടെങ്കിലും അതിലെ ഒരു പ്രധാന പാളി ദൃഷ്ടിയിൽ പെടാതെ വീടിനുള്ളിൽ കിടന്നിരുന്നു. ശവവുമായി കൊല്ലപ്പള്ളി പോയ ശേഷം വീട് കഴുകി ആ രാത്രിയിൽ തന്നെ വൃത്തിയാക്കുമ്പോഴാണ് രോഹിണി അതു കാണുന്നത്. കൂടുതലൊന്നും ചിന്തിക്കാതെ അവളത് മുറ്റത്തിന് വെളിയിലേക്ക് എറിഞ്ഞുകളയുകയും ചെയ്തു.

പൊലീസ് കൊല്ലപ്പള്ളിയെയും രോഹിണിയെയും കസ്റ്റഡിയിലെടുത്ത് കൂട്ടിക്കൊണ്ടുപോകുന്നത് ട്രൂപ്പംഗങ്ങളും നിസ്സഹയരായിനോക്കി നില്ക്കുന്നു. ഇതോടെ സിനിമ തീരുന്നു.

ജോർജ് തന്നെ തിരക്കഥ രചിക്കുകയും സംഭാഷണം പ്രശസ്ത നാടകകൃത്തായ എസ് എൽ പുരം സദാനന്ദനെ ഏല്പിക്കുകയും ചെയ്തു. ഇതോടെ ജോർജിന് പൂർണ്ണതൃപ്തിയുള്ള തിരക്കഥയും സംഭാഷണവും തയ്യാറായി. ഇതിനൊപ്പം സിനിമ എന്ന കലാരൂപത്തിന് അവശ്യം വേണ്ട കലാകാരന്മാരുടെ സഹകരണം എന്നതിന്റെ പ്രസക്തിയും ജോർജിന് മനസ്സിലാക്കിക്കൊടുത്ത സിനിമയായിരുന്നു *യവനിക*. ജോർജിന്റെ തന്നെ വാക്കുകളിൽ “എന്നെപ്പോലെ ആത്മാർത്ഥത അതിൽ ജോലി ചെയ്യുന്ന എല്ലാവർക്കുമുണ്ടെങ്കിലേ അതിന് മഹത്ത്വം ഉണ്ടാവുകയുള്ളൂവെന്ന് മനസ്സിലായി. അതിനുമുമ്പ് ടെക്നിക് പഠിച്ച ഒരു ധാർഷ്ട്യം എനിക്കുണ്ടായിരുന്നു. ആരെ കിട്ടിയാലും അഭിനയിപ്പിക്കാമെന്ന് പറയുന്ന അഹങ്കാരം. അതൊക്കെ മാറിയത് *യവനിക* പോലെ ഒരു സിനിമയിൽ പെർഫോർമൻസ് അതിന്റെ വിജയത്തിലേക്ക് എത്രമാത്രം കോൺട്രിബ്യൂട്ട് ചെയ്തിട്ടുണ്ടെന്ന് ഇപ്പോൾ മനസ്സിലാകും.”

തബലിസ്റ്റ് അയ്യപ്പനായി വരുന്ന ഗോപി, ഇൻസ്പെക്ടറായി വരുന്ന മമ്മൂട്ടി, ട്രൂപ്പിലെ നടനായ ജോസഫ് കൊല്ലപ്പള്ളിയായി വരുന്ന വേണു നാഗവള്ളി, അയ്യപ്പന്റെ ഭാര്യയായി വരുന്ന ജലജ, ബാലഗോപാലനായി

വരുന്ന നെടുമുടി, വരുണൻ എന്ന കഥാപാത്രമായി വരുന്ന ജഗതി, അശോകൻ വക്കച്ചനായി വരുന്ന തിലകൻ തുടങ്ങിയുള്ള എല്ലാ നടീനടന്മാരുടെയും അപാരമായ അഭിനയസഹകരണം *യവനിക*യുടെ വിജയത്തിന് കുറച്ചൊന്നുമല്ല സഹായിച്ചത്. ഗോപിയുടെ തബലിസ്റ്റ് അയ്യപ്പൻ ഇന്ത്യൻ ചലച്ചിത്രരംഗത്തെ തന്നെ എക്കാലത്തെയും മുന്തിയ പ്രകടനങ്ങളിലൊന്നായി വിലയിരുത്തപ്പെടുന്നു. സംവിധായകന്റെ നിർദ്ദേശങ്ങൾക്കപ്പുറം കഥാപാത്രങ്ങളെ ഉൾക്കൊണ്ട് മനോധർമ്മത്തോടെ ഗോപിയും തിലകനും ഒക്കെ *യവനിക*യെ പൊലിപ്പിച്ചു എന്ന് ജോർജ് ഓർക്കുന്നു.

യവനിക ഇത്രമേൽ വലിയൊരു വിജയമാക്കിയതിന് പിന്നിൽ കലാപരമായും സാങ്കേതികവുമായുള്ള നിരവധി സൂക്ഷ്മാംശങ്ങളുണ്ട്. ഡീറ്റെയിൽസിലുള്ള അപാരമായ ശ്രദ്ധ ഇതിലൊന്നാണ്. ജോർജിന്റെ തന്നെ മറ്റ് പല സിനിമകളെയുമപേക്ഷിച്ച് *യവനിക*യിൽ ഇക്കാര്യത്തിൽ അതീവ പ്രാധാന്യം നല്കിയാണ് ചെയ്തിരിക്കുന്നത്. കഥാപാത്രത്തിന്റെ സൂക്ഷ്മചലനം മുതൽ നിസ്സാരമെന്ന് പറയാവുന്ന പ്രോപ്പർട്ടിവരെ ഇങ്ങനെയാണ് അവതരിപ്പിക്കപ്പെടുന്നത്. ഉദാഹരണത്തിന് ജലജ ഗോപിയെ കുപ്പിച്ചില്ല് കൊണ്ട് കുത്തിക്കൊല്ലുന്ന രംഗത്തിൽ വളരെ സ്വാഭാവികതയോടെ കുപ്പിയുടെ കഴുത്തിലൂടെ രക്തം പുറത്തേക്കൊഴുകുന്നു. കുത്തേല്ക്കുന്ന വേളയിൽ രക്തത്തിന്റെ ഒഴുക്ക് ഏത് രീതിയിലായിരിക്കുമെന്നുള്ള സൂക്ഷ്മബോധത്തിൽനിന്നാണ് ഇത് സാധിക്കുന്നത്. ജോർജിന്റെ അക്കാലത്തെ കലാസംവിധായകനായ സുന്ദരത്തിന്റെ സംഭാവന ഇക്കാര്യത്തിലൊക്കെ വളരെ വലുതായിരുന്നു.

അതേപോലെ ചിത്രത്തിലുടനീളം മഴ ശക്തമായ ഒരു സാന്നിദ്ധ്യമാണ്. ഉചിതജ്ഞതയോടെയുള്ള മഴയുടെ ഉപയോഗപ്പെടുത്തൽ മഴയെ സിനിമയിലെ ഒരു വൈകാരികാവസ്ഥ തന്നെയായി മാറ്റിയിരിക്കുന്നു.

മലയാളസിനിമ പില്ക്കാലത്ത് ഏറ്റെടുത്ത പല സാങ്കേതിക രീതികളും ആദ്യമായി അവതരിപ്പിക്കപ്പെടുന്നത് *യവനിക*യിലാണ്. പ്രൊഫൈൽ ക്ലോസ് അപ്പ് ഇതിനൊരുദാഹരണമാണ്. മമ്മൂട്ടിയുടെ പൊലീസ് ഓഫീസർ നടത്തുന്ന ചോദ്യം ചെയ്യൽ രംഗങ്ങൾ ഇതിൽ നിരവധിയുണ്ട്. സാധാരണഗതിയിൽ കഥാപാത്രത്തിന് നേരേ മുന്നിൽ ക്യാമറ വച്ച് Frontal closeup എന്ന രീതിയിൽ ഇത് ചിത്രീകരിക്കുമ്പോൾ ആവർത്തനത്തിലൂടെ വല്ലാതെ വിരസമാകാൻ സാദ്ധ്യതയുണ്ട്. പക്ഷേ, ക്യാമറ ഒരുവശത്ത് വച്ച് മുഖത്തിന്റെ side profile close up (പാർശ്വവീക്ഷണം) ൽ ഇത് അവതരിപ്പിച്ചതിലൂടെ ഈ വിരസത ഒഴിവായി. പിന്നീട് എത്രയോ സിനിമകൾ ഈ രീതിയിൽ പൊലീസ് ചോദ്യം ചെയ്യലുകൾ അവതരിപ്പിച്ചത് നമ്മൾ കണ്ടു.

അതേപോലെ തബലിസ്റ്റ് അയ്യപ്പൻ എന്ന കഥാപാത്രത്തിനോടുള്ള സമീപനവും പുതുമയാർന്നതായി; പലരുടെയും ഓർമ്മകളിലൂടെ മാത്രം സിനിമയിൽ പ്രത്യക്ഷപ്പെടുന്ന കഥാപാത്രമാണിയാൾ. ഫ്ളാഷ് ബാക്കു

കളുടെ ഈ ആധിക്യം സാധാരണഗതിയിൽ വിരസമായി തീരാം. ഇതൊഴിവാക്കാൻ ഓരോ ഓർമ്മയുടെ ഖണ്ഡങ്ങളിലെയും അയ്യപ്പന്റെ സ്വഭാവ വൈചിത്ര്യങ്ങൾ പ്രകടമാകുന്നവിധം അയ്യപ്പനെ വ്യത്യസ്തനാക്കുക എന്ന രീതിയാണ് പരീക്ഷിച്ചത്. ഇതോടെ ഓരോ ഫ്ളാഷ് ബാക്കിലെയും അയ്യപ്പൻ വ്യത്യസ്തനായ ഒരു കഥാപാത്രം പോലെയായി. എന്നാലോ അവയെല്ലാം കൂടി ചേർന്ന സാകല്യത്തിൽ അയ്യപ്പൻ എന്ന കഥാപാത്രം കൂടുതൽ ശക്തമായി. മറ്റൊന്ന് സിനിമകളിലെ നാടകരംഗങ്ങളും അല്ലാത്തവയും തമ്മിലുള്ള വ്യതിരിക്തത അനുഭവവേദ്യമാക്കുന്ന ചിത്രീകരണ മികവാണ്. എപ്പോഴൊക്കെ നാടകം കാണിക്കുന്നുവോ, അതെല്ലാം വേദിക്ക് മുന്നിലായി ഒരു കാണി ആസ്വദിക്കുന്ന വീക്ഷണകോണിലൂടെയുള്ള ഷോട്ടുകളിലാണ് ക്യാമറ പകർത്തുന്നത്. എന്നാൽ വേദിവിട്ടുള്ള രംഗങ്ങളെല്ലാം തികച്ചും സിനിമാറ്റിക്കുമാണ് ക്യാമറാ ആംഗിളിലും റ്റോണിലുമെല്ലാം ഉള്ള ഇത്തരം സൂക്ഷ്മവ്യതിയാനങ്ങളിലൂടെ നാടകത്തെയും സിനിമയെയും അതത് മാധ്യമത്തിന്റെ പ്രത്യേകതകളോടെ ഇങ്ങനെ അവതരിപ്പിച്ചിരിക്കുന്നതിൽ ജോർജിന്റെ സന്തതസഹചാരിയായ രാമചന്ദ്രബാബുവിന്റെ ഛായാഗ്രഹണ വൈദഗ്ദ്ധ്യം ഗംഭീരസംഭാവന നല്കിയിരിക്കുന്നു.

ഫോറൻസിക് സയൻസിനെ കുറ്റാന്വേഷണത്തിൽ ഉപയോഗപ്പെടുത്തുന്ന രീതികളും *യവനിക*യിലൂടെയാണ് ആദ്യമായി മലയാളത്തിൽ വന്നത്. അയ്യപ്പനെ കുത്തിയ കുപ്പിക്കഷണത്തിലെ നഷ്ടമായ ഒരു ഖണ്ഡമാണ് പിന്നീട് സിനിമയുടെ ക്ലൈമാക്സിനെ രൂപപ്പെടുത്തുന്നതിൽ ഒരു പ്രധാന ഘടകമായി തീരുന്നത്. അതേപോലെ പ്രതികളെന്ന സംശയിക്കുന്നവരെയും സാക്ഷികളെയുമൊക്കെ പൊലീസ് ചോദ്യം ചെയ്യുന്ന രീതിക്ക് പുതിയൊരു മാനം മലയാള സിനിമയിൽ കൊണ്ടുവരുന്നത് *യവനിക*യിലാണ്. മമ്മൂട്ടിയുടെ പൊലീസ് ഓഫീസർ ഈരാളിയുടെ ബുദ്ധിപൂർവ്വമായുള്ള ചോദ്യങ്ങളും സൗമ്യതയും കാർക്കശ്യവും ഇടകലരുന്ന ശരീരഭാഷയുമൊക്കെ പിന്നീട് യഥാർത്ഥ പൊലീസുവൃത്തങ്ങളിൽ തന്നെ പൊലീസിന്റെ ഒരു മാതൃക എന്ന രീതിയിൽ അംഗീകരിക്കപ്പെട്ടു എന്നത് *യവനിക*യുടെ മറ്റൊരു വിജയമാണ്.

1981 ലെ മികച്ച ചിത്രം (ഭരതന്റെ *മർമ്മര*വുമായി ചേർന്ന്) മികച്ച തിരക്കഥ, മികച്ച സഹനടൻ (തിലകൻ) എന്നീ സംസ്ഥാന പുരസ്കാരങ്ങളും ഇന്ത്യൻ പനോരമ പ്രദർശനവും *യവനിക* കരസ്ഥമാക്കി.

നാടകലോകത്തിന്റെ യഥാതഥമായ ഒരു ചിത്രണം, ഒരുജീനിയസ്സിന്റെ തലത്തിൽ തന്റെ കലയെ സേവിക്കുമ്പോഴും ഏതോ തമോശക്തികളുടെ പ്രലോഭനങ്ങളിൽ പെട്ട് എല്ലാം തച്ചുടയ്ക്കുന്ന ഒരു കലാകാരന്റെ അപ്രതിഹതമായ പതനത്തിന്റെ ആഖ്യാനം, അതിസൂക്ഷ്മവും ഉദ്വോഗജനകവുമായ ഒരു കുറ്റാന്വേഷണ ചിത്രം എന്നിങ്ങനെ പലതലങ്ങളിലാണ് *യവനിക* ഇത്രയും കാലം കഴിഞ്ഞിട്ടും പ്രേക്ഷകരുടെ പ്രിയപ്പെട്ട ചിത്രമാകുന്നത്.

6

മലയാള ഭാവുകത്വത്തെ മാറ്റിപ്പണിത സിനിമകൾ

നാടകപശ്ചാത്തലത്തിലുള്ള സിനിമയ്ക്ക് ശേഷം അടുത്തത് സിനിമാലോകത്തിന്റെ കഥയാണ് ജോർജ് സ്വീകരിച്ചത്. സർക്കസിന്റെയും നാടകത്തിന്റെയും കാര്യത്തിലെന്നപോലെ, സിനിമ പശ്ചാത്തലമായും ചില സിനിമകൾ മുമ്പ് വന്നിരുന്നെങ്കിലും അവയിലൊന്നും അനുഭവപ്പെടാത്ത യാഥാർത്ഥ്യപ്രതീതിയും ശക്തിയും ആവിഷ്കാരസൗന്ദര്യവും ഉൾക്കൊണ്ട ചിത്രമായിരുന്നു. *ലേഖയുടെ മരണം ഒരു ഫ്ളാഷ്ബാക്ക്*, ഒരു പാർശ്വവീക്ഷണമെന്ന നിലയില്ലാതെ, സിനിമാലോകം ഇത്രമേൽ മൂർത്തമായും പ്രത്യക്ഷമായും അതിനുമുള്ള സിനിമകളിലില്ലായിരുന്നു.

ജോർജിന്റെ സംവിധാനസപര്യയിലെ ഏറ്റവും വിവാദം സൃഷ്ടിച്ച ചിത്രവും ഇതായിരുന്നു. *ഫ്ളാഷ് ബാക്കി*ന്റെ ചിത്രീകരണത്തിന് രണ്ട് വർഷം മുന്നേ നടന്ന തെന്നിന്ത്യൻ സിനിമയിലെ മികച്ച അഭിനേത്രിയും ഉർവ്വശിപുരസ്കാര ജേതാവുമായ ശോഭയുടെ ആത്മഹത്യയുമായി ബന്ധപ്പെട്ടതായിരുന്നു വിവാദങ്ങൾ. സിനിമയുടെ പ്രമേയം ശോഭയുടെ ജീവിതവും മരണവുമാണെന്ന മട്ടിലായിരുന്നു വിവാദങ്ങളത്രയും. ശോഭയുടെ ശവഘോഷയാത്രയുടെ ബ്ലാക്ക് ആന്റ് വൈറ്റ് ന്യൂസ് റീൽ ചിത്രത്തിന് മുന്നോടിയായി പ്രദർശിപ്പിച്ചതും *ഫ്ളാഷ് ബാക്കും* ശോഭയും തമ്മിലുള്ള ബന്ധത്തിന് അടിവരയിട്ടു.

'നടി ശോഭയുടെ ആത്മഹത്യ തന്നെയാണ്' ലേഖയുടെ മരണം എന്നകാര്യത്തിൽ തർക്കമില്ല എന്ന് ജോർജ് തന്നെ വ്യക്തമാക്കുന്നു. എന്നാൽ ശോഭയുടെ ജീവിതവും ദുരന്തവും മാത്രമല്ല *ഫ്ളാഷ് ബാക്ക്* എന്നും വ്യക്തമാക്കിയിട്ടുണ്ട്. സിനിമയ്ക്കുള്ളിലെ സിനിമയെക്കുറിച്ച് ഒരു ചലച്ചിത്രം ചെയ്യണമെന്ന അദ്ദേഹത്തിന്റെ ഭാവിപദ്ധതികളെക്കുറിച്ച് സൂചിപ്പിച്ച കൂട്ടത്തിൽ പറഞ്ഞിരുന്നല്ലോ. ശോഭയുടെ ജീവിതദുരന്തം ആ

ആലോചനയ്ക്ക് ഒരു മൂർത്തരൂപം നല്കുകയും ആക്കം കൊടുക്കുകയും ചെയ്തു എന്നു മാത്രം. പണത്തിന്റെയും പ്രശസ്തിയുടെയും ദുരക്കടിപ്പെട്ട് എന്ത് കുൽസിതത്വത്തിനും കൂട്ട് നില്ക്കുന്നവരുടെയും അതിന് ഇരയാക്കുന്നവരുടെയുമായ ചലച്ചിത്രലോകത്തിന്റെ ഇരുൾനിലങ്ങൾ വളരെ പരിചിതമായിരുന്ന ജോർജ്, ശോഭയെപ്പോലെ ഒരനുഗൃഹീതനടി ശോകാന്തമായ ഒരന്ത്യത്തെ കൈവരിച്ചപ്പോൾ തനിക്ക് പറയാനുള്ള സിനിമാലോകത്തിന്റെ കഥ ഇത് തന്നെയാണെന്ന് നിശ്ചയിച്ച് *ലേഖയുടെ മരണം ഒരു ഫ്ളാഷ്ബാക്ക്* എന്ന ചലച്ചിത്രത്തിലേക്ക് കടന്നത് എത്രയും സ്വാഭാവികം തന്നെ.

ശാന്തമ്മ എന്ന ഒരു നാടൻ പെൺകുട്ടി സിനിമയിൽ ഭാഗ്യാന്വേഷിയായി തന്റെ അമ്മയോടൊപ്പം കോടമ്പാക്കത്ത് കാല് കുത്തുന്നതോടെയാണ് ഫ്ളാഷ് ബാക്ക് ആരംഭിക്കുന്നത്. സുതാര്യമായ രീതികളിലൂടെ സിനിമയിൽ നല്ലൊരു സ്ഥാനം നേടാനാവില്ല എന്നറിയുന്നതോടെ ആ അമ്മ മകളെ മാനം വിറ്റുമുള്ള മാർഗ്ഗത്തിലൂടെ സിനിമയിൽ കരപിടിപ്പിക്കാൻ ശ്രമിക്കുന്നു. അതോടെ ശാന്തമ്മ ലേഖ എന്ന് പേര് മാറി സിനിമാരംഗത്ത് ഉയരുന്നു. അതിവേഗം ലേഖ സിനിമാലോകത്തിന്റെ ഔന്നത്യങ്ങളിലേക്കും സമ്പത്തിലേക്കും പ്രശസ്തിയിലേക്കും ചേരുന്നു. ഇതിനിടെയാണ് ഓഫ് ബീറ്റ് സിനിമകൾ സംവിധാനം ചെയ്യുന്ന സുരേഷ് ബാബു എന്ന സംവിധായകൻ അവളുമായി അടുക്കുന്നത്. സുരേഷ് ബാബുവിൽ താൻ സ്വപ്നം കണ്ടിരുന്ന ഒരഭയസ്ഥാനം അവൾ കണ്ടെത്തുന്നു. എന്നാൽ സുരേഷ് ബാബുവിന് അവൾ മറ്റൊരുപെണ്ണുമാത്രമായിരുന്നു. തന്റെ യഥാർത്ഥ ഭാര്യയുടെയും കുട്ടികളുടെയും മുന്നിൽ അയാൾ ലേഖയെ യാതൊരു മനസ്സാക്ഷിക്കുത്തുമില്ലാതെ തള്ളുന്നു. ഇതോടെ ആകെ നിരാലംബയാകുന്ന ലേഖ ആത്മഹത്യ ചെയ്യുന്നു.

ജോർജ് തന്നെ തന്റെ സിനിമകളിൽ ഏറ്റവും റിയലിസ്റ്റിക് എന്ന വിശേഷിപ്പിക്കുന്നത് *ഫ്ളാഷ് ബാക്കി*നെയാണ്. അത്രമേൽ സുപരിചിതമായ ഒരു മേഖലയെ അത്ര തന്നെ അനായാസതയോടെ ആവിഷ്കരിക്കാൻ അദ്ദേഹത്തിന് സാധിച്ചു എന്നതാണ് ഇതിന് നിദാനം. തിരക്കഥയും സംഭാഷണവും എസ് എൽ പുരം സദാനന്ദൻ നിർവ്വഹിച്ചുവെങ്കിലും ജോർജിന്റെ സൃഷ്ടിപരമായ പങ്കാളിത്തം അവിടെയും നിറഞ്ഞ് നിന്ന് *ഫ്ളാഷ് ബാക്കി*നെ താനുദ്ദേശിക്കുന്ന രീതിയിൽ തന്നെ രൂപപ്പെടുത്താൻ അദ്ദേഹം ശ്രദ്ധിച്ചു.

ചിത്രീകരണത്തിന് മുന്നേ തന്നെ ശോഭയുടെ ജീവിതവുമായി ബന്ധപ്പെടുത്തിയുള്ള വാർത്തകളും വിവാദങ്ങളും *ഫ്ളാഷ്ബാക്കി*നെ ചൂഴ്ന്ന് നിന്നു. ഛായാഗ്രാഹകനും സംവിധായകനുമായ ബാലു മഹേന്ദ്രയുമായി ശോഭക്കുണ്ടാകുന്ന പ്രണയത്തിന്റെ ദുരന്തപര്യവസാനമായിരുന്നു അവരുടെ ആത്മഹത്യ എന്ന സിനിമാലോകത്ത് എല്ലാവർക്കും അറിയാവുന്ന സത്യം *ഫ്ളാഷ്ബാക്കി*ന് ചുറ്റിനുമുള്ള വിവാദങ്ങളുടെ കമ്പക്കെട്ടിന് തിരികൊളുത്തി. മരണശേഷം ശോഭയോടും കുടുംബത്തോടും ജോർജ് ക്രൂര

മായി പെരുമാറുകയാണ്, ശോഭയുടെ പ്രണയവും മരണവും വിറ്റ് കാശാക്കുകയാണ് എന്നൊക്കെയുള്ള വിമർശനങ്ങൾ ചലച്ചിത്രലോകത്ത് നിന്ന് തന്നെ ഉയർന്നു. ഇത് കൂടാതെ താൻ നിലകൊള്ളുന്ന ചലച്ചിത്രലോകത്തിന്റെ ഉള്ള് കളികളും പിന്നാമ്പുറ രഹസ്യങ്ങളും ആവിഷ്കരിക്കുന്നതിലൂടെ തന്റെ കലയെ തന്നെ കച്ചവടത്തിനായി ഒറ്റ് കൊടുക്കുകയാണ് എന്നും മുറുമുറുപ്പുകളുണ്ടായി.

ശോഭയുടെ അമ്മയും നടിയുമായ പ്രേമ സിനിമ നിരോധിക്കാനായി കോടതിയെ സമീപിക്കുമെന്നും വാർത്ത ഉയർന്നു. പക്ഷേ, ശോഭയുടെ ദുരന്തത്തോടെ ആകെ തളർന്ന പ്രേമ അങ്ങനെയൊരു നീക്കത്തിന് മുതിർന്നില്ല.

എന്നാൽ, വിമർശനങ്ങളും വിവാദങ്ങളും തെല്ലും തളർത്തുകയോ താൻ പറയാനുദ്ദേശിക്കുന്ന കാര്യങ്ങളിൽ എന്തെങ്കിലും വെള്ളം ചേർത്ത് മയപ്പെടുത്തണമെന്നോ തോന്നിയിട്ടില്ലെന്ന് ജോർജ് തന്നെ പറയുന്നു "വിവാദങ്ങൾ ഉയരുമ്പോൾ പിന്നോട്ട് മാറി നില്ക്കുന്ന സ്വഭാവമല്ല എന്റേത്. സത്യം സത്യമായി തന്നെ പറയുന്നതാണ് എന്നത്തേയും രീതി. ജീവിതത്തോട് അടുപ്പമുള്ള സത്യം പറയലാണ് എന്നും എന്റെ ശൈലി."

ഇന്നസെന്റും ഡേവിഡ് കാച്ചപ്പിള്ളിയും ചേർന്ന് നിർമ്മിച്ച *ഫ്ളാഷ് ബാക്ക്* തിയേറ്ററുകളിൽ നല്ല ചലനമുണ്ടാക്കി. സാമ്പത്തികമായി ചിത്രം നല്ല നേട്ടമുണ്ടാക്കി. ഒപ്പം നിരൂപക സഹൃദയ പ്രശംസയും നേടി. ബോംബയിൽ നടന്ന ആ വർഷത്തെ അന്താരാഷ്ട്ര ചലച്ചിത്രമേളയിൽ ഇന്ത്യൻ പാനോരമ വിഭാഗത്തിൽ ഏറ്റവും ശ്രദ്ധിക്കപ്പെട്ടതും ചർച്ച ചെയ്യപ്പെട്ടതുമായ ചിത്രമായി. വിഖ്യാതമായ ലണ്ടൻ ചലച്ചിത്ര മേളയിലേക്കും *ഫ്ളാഷ്ബാക്ക്* തെരഞ്ഞെടുക്കപ്പെട്ടു. അവിടെയും ഇന്ത്യൻ സിനിമകൾക്കിടയിൽ ഏറ്റവും പ്രശംസയും അംഗീകാരവും നേടിയത് *ഫ്ളാഷ് ബാക്ക്* തന്നെയായിരുന്നു. പാശ്ചാത്യ സിനിമാ കേന്ദ്രങ്ങളിൽ നിന്ന് വളരെ വ്യത്യസ്തമായ കോടമ്പാക്കം സിനിമാ സംസ്കാരവും അവിടത്തെ പ്രവർത്തനരീതികളും സിനിമക്കാർക്കിടയിലെ വ്യക്തിബന്ധങ്ങളുമെല്ലാം പാശ്ചാത്യ ചലച്ചിത്രപ്രവർത്തകർക്കും കാണികൾക്കും വേറിട്ടൊരു അനുഭവമായി.

ലേഖയായി നളിനി മികച്ച പ്രകടനമാണ് കാഴ്ചവച്ചത്. ലേഖയുടെ അമ്മയായി ശുഭയും നന്നായി തിളങ്ങി. അതേസമയം സംവിധായകൻ സുരേഷ് ബാബുവായി ഗോപിക്ക് തന്റെ മറ്റ് പല ചിത്രങ്ങളിലും കാഴ്ചവയ്ക്കാനായ അഭിനയത്തികവ് ഇവിടെ പുറത്തെടുക്കാനായോ എന്ന കാര്യത്തിൽ ഭിന്നാഭിപ്രായമുണ്ട്. ഗോപി *ഫ്ളാഷ്ബാക്കിൽ* തന്റെ കഥാപാത്രത്തെ പൂർണ്ണമായി ഉൾക്കൊണ്ടു എന്ന് ജോർജ് പറയുമ്പോൾ ജോർജിനെ ഏറ്റവും താല്പര്യത്തോടെ വീക്ഷിക്കുന്ന അടൂർ ഗോപാലകൃഷ്നെപ്പോലെയുള്ളവർ മറ്റൊരഭിപ്രായമാണ് രേഖപ്പെടുത്തുന്നത്. രൂപപരമായ ചില പ്രത്യേകതകളാലും മറ്റും കുറച്ചൊക്കെ പ്ലേബോയ് മട്ടുള്ള ആ വേഷം ഗോപിക്ക് ഇണങ്ങുന്നതായിരുന്നില്ല എന്ന് നിരീക്ഷണമാണ് അടൂരിനുള്ളത്.

ലേഖയുടെ മരണം ഒരു ഫ്ളാഷ് ബാക്ക് എന്ന ചിത്രത്തിൽ ഭരത് ഗോപി, നളിനി

എന്തായാലും സിനിമാലോകത്തിന്റെ കഥപറയുന്ന ഇന്ത്യൻ സിനിമകൾക്കിടയിൽ *ലേഖയുടെ മരണം ഒരു ഫ്ളാഷ് ബാക്ക്* എന്നെന്നും മുന്തിയ സ്ഥാനത്തോടെ നിലകൊള്ളുന്നുണ്ട്.

ഇന്ത്യൻ സാഹചര്യത്തിലെ സ്ത്രീയവസ്ഥയുടെ ആലേഖനമായിരുന്നു അടുത്ത ചിത്രമായ *ആദാമിന്റെ വാരിയെല്ല്.* സ്ത്രീകളുടെ സാമൂഹ്യ, വൈയക്തികാവസ്ഥകളെ അനുഭാവപൂർവ്വം പിന്തുടർന്നിരുന്ന ജോർജ് തനിക്ക് ചുറ്റുമുള്ള സമൂഹത്തിലും കുടുംബങ്ങളിലും പരിചയിക്കുന്ന സ്ത്രീജീവിതങ്ങളിൽനിന്ന് ആറ്റിക്കുറുക്കിയെടുത്തതായിരുന്നു ആ സിനിമയുടെ കഥ.

ജോർജിന്റെ വീക്ഷണത്തിൽ ഒരുപക്ഷേ, ഈ പുതിയ കാലത്തെ അപേക്ഷിച്ച് കുറേക്കൂടി തീക്ഷ്ണമായ അളവിൽ, ഇന്ത്യൻ സ്ത്രീകൾ ഏറെയും തങ്ങളുടെ ജീവിത പോരാട്ടങ്ങളിൽ പരാജയപ്പെടുന്നവരാണ്. സാമൂഹ്യസമ്മർദ്ദങ്ങളിൽ പെട്ട് രക്ഷപ്പെടാൻ വല്ലാതെ കുതറുന്നവരാണ് അവർ. അതേസമയം പാശ്ചാത്യവനിതകൾക്ക് കുറേക്കൂടി വിജയകരമായി ആ പോരാട്ടങ്ങളെ അതിജീവിക്കാൻ കഴിയുന്നുണ്ട്. ഇത്തരമൊരു അവസ്ഥയെ വളരെ തീക്ഷ്ണമായി തന്നെ അവതരിപ്പിക്കുന്ന സിനിമയാണ് *ആദാമിന്റെ വാരിയെല്ല്.*

സമൂഹത്തിന്റെ വ്യത്യസ്ത തട്ടുകളിൽ നിന്നുമുള്ള മൂന്ന് സ്ത്രീകളുടെ ജീവിതങ്ങളെയാണ് സിനിമ പിന്തുടരുന്നത്.

ഒരു വൻകിട കോൺട്രാക്ടറായ മാമ്മച്ചൻ മുതലാളിയുടെ (ഭരത്ഗോപി) ഭാര്യ ആലീസ് (ശ്രീവിദ്യ), തികച്ചും അലസനും മദ്യപാനിയുമായ ഒരു

ഇടത്തരം കുടുംബത്തിലെ അംഗവുമായ ഗോപി (വേണു നാഗവള്ളി)യുടെ ഭാര്യ വാസന്തി (സുഹാസിനി), ആലീസിന്റെ വീട്ടിലെ അനാഥയായ വേലക്കാരി യുവതി (സൂര്യ) എന്നിവരാണ് ഈ മൂന്നു സ്ത്രീകൾ. ഈ മൂന്ന് സ്ത്രീകളുടെയും ജീവിതങ്ങളെ മാറിമാറി പിന്തുടരുന്ന രീതിയിലാണ് ആഖ്യാനം പുരോഗമിക്കുന്നത്.

വളരെ താഴേക്കിടയിൽനിന്ന് പലവിധ തന്ത്രങ്ങൾ പയറ്റിയാണ് മാമ്മച്ചൻ മുതലാളി ഇന്നത്തെ ഉന്നത ധനസ്ഥിതിയിലും സാമൂഹ്യപദവിയിലുമെത്തിയിരിക്കുന്നത്. തന്റെ സുന്ദരിയായ ഭാര്യ ആലീസിനെ വേണ്ടപ്പെട്ട ഔദ്യോഗിക സ്ഥാനങ്ങളിലിരിക്കുന്നവർക്ക് കാഴ്ചവച്ച് അവരുടെ പ്രീതി നേടുക എന്നതായിരുന്നു ആ തന്ത്രങ്ങളിൽ പ്രധാനപ്പെട്ട ഒന്ന്. അതിന്റെയെല്ലാം ഫലമായി എല്ലാ സുഖസൗകര്യങ്ങളുടെ നടുവിലാകുമ്പോഴും ആലീസ് ഇന്ന് തികച്ചും അന്യതാബോധത്തോടെയാണ് ആ വീട്ടിൽ തമസിക്കുന്നത്. മാമ്മച്ചനും ആലീസിനുമിടയിൽ യാതൊരുവിധ വൈകാരികമോ ശാരീരികമോ ആയ ഊഷ്മളതകളൊന്നും അവശേഷിക്കുന്നില്ല. മാമ്മച്ചൻ മുഴുവൻ സമയവും തന്റെ ബിസിനസ് കാര്യങ്ങളിൽ വ്യാപൃതനായിരിക്കുമ്പോൾ ആലീസ് ക്ലബ്ബും കൂട്ടുകാരുമൊക്കെയായി കഴിയുന്നു. രണ്ട് മക്കളുള്ളതിൽ റ്റോണി എന്ന കുട്ടി ബോർഡിങ് സ്കൂളിലും മകൾ നിഷ വീട്ടിനടുത്തുള്ള സ്കൂളിലും പഠിക്കുന്നു.

തന്റെ ശാരീരിക കാമനകൾക്ക് മാമ്മച്ചൻ ശമനം തേടുന്നത് വേലക്കാരിയായ അമ്മിണിയിലാണ്. അതേസമയം ആലീസും വീടിനുപുറത്ത് ഒരു ആൺകൂട്ട് സ്വന്തമാക്കുന്നുണ്ട്. വിമൻസ് ക്ലബ്ബിന്റെ ഒരു കെട്ടിടത്തിന്റെ രൂപകല്പന നിർവ്വഹിക്കാനുള്ള ജോലി ഏറ്റെടുത്ത സുന്ദരനായ ജോസ് (മമ്മൂട്ടി) എന്ന ചെറുപ്പക്കാരനാണ് ആ ആൺതുണ. ഇതിനൊപ്പം മദ്യവും ആലീസിന് ഒരു സാന്ത്വനമാകുന്നുണ്ട്. റ്റോണിക്കും നിഷയ്ക്കും തങ്ങളുടെ മാതാപിതാക്കൾ എപ്പോഴും താന്താങ്ങളുടെ ലോകങ്ങളിൽ കഴിയുന്നതിലും തങ്ങൾക്കൊപ്പം ഒരിക്കലും അവരെ കിട്ടാത്തതിലും ദുഃഖമുണ്ട്. ഒരിക്കൽ വെക്കേഷന് വീട്ടിലെത്തുന്ന റ്റോണി നിഷയുമായി ചേർന്ന് മാതാപിതാക്കളെയും കൂട്ടി ഒരു സിനിമയ്ക്ക് പോകാനുള്ള പദ്ധതി ഇടുന്നുണ്ട്. ഒരുവിധത്തിൽ രണ്ടാളെയും പറഞ്ഞ് സമ്മതിപ്പിച്ച് സിനിമയ്ക്ക് പോകാൻ തയ്യാറാകുമ്പോഴേക്ക് മാമ്മച്ചൻ തന്റെ നിർമ്മാണസ്ഥലത്തെ ഒരു തൊഴിലാളിതർക്ക പ്രശ്നവുമായി ബന്ധപ്പെട്ട് അതിന്റെ പിന്നാലെ പായുന്നു. ആലീസാകട്ടെ, ഇതോടെ തനിക്ക് ക്ലബ് മീറ്റിങ്ങുണ്ടെന്ന് പറഞ്ഞ് അവളുടെ വഴിക്കും നീങ്ങുന്നു. ഇതോടെ കുട്ടികൾക്ക് തങ്ങളുടെ മാതാപിതാക്കൊളെപ്പറ്റി തികഞ്ഞ മടുപ്പും നിരാശയുമാണുണ്ടാകുന്നത്. ആ വീട്ടിൽ ആർക്കും ആരോടും സ്നേഹമില്ല എന്ന തിരിച്ചറിവിലേക്ക് അവർ എത്തുന്നു.

വാസന്തി ഒരു സർക്കാരാഫീസിലെ ക്ലാർക്കാണ്. ഭർത്താവ് ഗോപിയും അയാളുടെ അമ്മയും ചെറിയ കുട്ടിയും അടങ്ങുന്നതാണ് അവളുടെ കുടുംബം. ഗോപി ജോലി ചെയ്യുന്നതിൽ യാതൊരു താല്പ

ര്യവുമില്ലാത്ത ഒരു പത്രപ്രവർത്തകനാണ്. ജോലി രാജിവച്ച് മുഴുവൻ സമയ മദ്യപാനമാണ് ഇപ്പോൾ അയാളുടെ തൊഴിൽ. ഗോപിയുടെ അമ്മയ്ക്കാകട്ടെ സദാനേരവും വാസന്തിയെ ശകാരിക്കുകയും അപമാനിക്കുകയും ചെയ്യുക എന്നതാണ് ഇഷ്ടവിനോദം. ആഫീസിലെ ജോലിയും അതുകഴിഞ്ഞ് വീട്ടിൽ വന്നിട്ട് അവിടത്തെ സകല പണികളും തനിയെ ചെയ്ത് വാസന്തി വളരെ ക്ഷീണിതയാണ്. ഇതിനെല്ലാം പുറമെ ഗോപിയുടെവക ശാരീരിക മർദ്ദനങ്ങളുമുണ്ട്. മാത്രമവുമല്ല എത്ര ക്ഷീണിതയായി കിടക്കുകയാണെങ്കിലും ഗോപിയിൽ കാമവാസന ചുരമാന്തുമ്പോൾ അവൾ അതിന് അനുസരണയോടെ വഴങ്ങിക്കൊടുക്കുകയും വേണം. വാസന്തിക്ക് കിട്ടുന്ന ശമ്പളത്തിന്റെ പങ്ക് അയാളുടെ മദ്യപാനത്തിന് വേണം താനും.

ഇടയ്ക്ക് വാസന്തിയുടെ അമ്മ ആ വീട്ടിൽ സന്ദർശനത്തിന് വരുന്നത് മാത്രമാണ് അവൾക്കൊരാശ്വാസം. പക്ഷേ, വാസന്തിയുടെ അമ്മായി അമ്മയുടെ ധാർഷ്ട്യം നിറഞ്ഞ പെരുമാറ്റം അതുകൂടി ഇല്ലാതാക്കുന്ന നിലയിലേക്ക് കാര്യങ്ങൾ എത്തിക്കുന്നു വാസന്തിയുടെ അമ്മയുടെ വാക്കുകളിൽനിന്ന് അവരുടെ ജ്യേഷ്ഠനും ഗോപിയുടെ അച്ഛനുമായിരുന്ന പരേതനായ വ്യക്തി വളരെ സ്നേഹസമ്പന്നനും കാര്യപ്രാപ്തിയുള്ളയാളുമായിരുന്നു എന്ന് നമ്മൾ അറിയുന്നുണ്ട്. വാസന്തിയിലും ആ ഓർമ്മകളുടെ നിഴലാട്ടം ഇടയ്ക്ക് ദൃശ്യമാകുന്നുണ്ട്.

അമ്മിണി ആലീസിന്റെ വീട്ടിലെ വേലക്കാരിയും ഒപ്പം മാമ്മച്ചൻ മുതലാളിയുടെ മാംസദാഹ ശമനത്തിന്റെ ഉപകരണം എന്ന നിലയിലും കഴിഞ്ഞുകൂടുന്നു. ആലീസ് ഉറങ്ങിക്കഴിഞ്ഞ ശേഷമാണ് മാമ്മച്ചൻ അവളെ പ്രാപിക്കാറുള്ളതെങ്കിലും ആലീസ് ആ രഹസ്യവേഴ്ച മനസ്സിലാക്കുന്നുണ്ട്. പക്ഷേ, ആലീസ് അതിന് നേരെ കണ്ണടച്ച് തന്റെ വഴിയിലൂടെ സഞ്ചരിക്കുന്നു.

എന്നാൽ അമ്മിണി ഗർഭിണിയാകുന്നതോടെ ആദ്യമായി പരിഹാസരൂപേണ ആലീസ് മാമ്മച്ചൻ മുതലാളിയോട് പ്രതികരിക്കുന്നുണ്ട്. ആ വീട്ടിലെ മറ്റ് ജോലിക്കാരെല്ലാം അമ്മിണിയുടെ ഗർഭം അറിയുന്നുണ്ടെങ്കിലും അവർക്കാർക്കും അതിനുത്തരവാദി ആരെന്ന് മാത്രം അറിഞ്ഞുകൂടാ. അമ്മിണി ഒന്നും വെളിപ്പെടുത്തുന്നുമില്ല. എന്തായാലും ഒറ്റരാത്രികൊണ്ട് അമ്മിണിയെ ആ വീട്ടിൽനിന്ന് നിഷ്കാസനം ചെയ്തിരിക്കണമെന്ന് ആലീസ് തറപ്പിച്ച് പറയുന്നനോടെ മാമ്മച്ചൻ തന്റെ വിശ്വസ്ത കിങ്കരനായ വർക്കിയെക്കൊണ്ട് ആ രാത്രിതന്നെ അമ്മിണിയെ മാമ്മച്ചന്റെ ഒരു കോൺട്രാക്ട് പണിസ്ഥലമായ ഡാം സൈറ്റിന് അരികിലുള്ള തട്ടുകട നടത്തുന്ന ഒരു സ്ത്രീയുടെ സമീപമെത്തിക്കുന്നു. വാറ്റ് ചാരായവും മറ്റും വില്ക്കുന്നവളാണെങ്കിലും കുറച്ചൊക്കെ മനുഷ്യത്വമുള്ള ഒരു സ്ത്രീയായ അവർ അമ്മിണിയുടെ പരിചരണം ഏറ്റെടുക്കുന്നു.

ഗോപിയുടെയും അമ്മായിയമ്മയുടെയും പീഡനങ്ങളിൽ അവശയാകുന്ന വാസന്തി ക്രമേണ ആഫീസിൽ ജോലിക്ക് പോകാനാകാത്ത ശാരീ

ആദാമിന്റെ വാരിയെല്ലിൽ ഭരത് ഗോപി

രിക മാനസികാവസ്ഥയിലെത്തുന്നു. അവധിക്ക് അപേക്ഷപോലും നല്കാൻ മറക്കുന്ന വാസന്തിയെ കണ്ട് അവധി അപേക്ഷ എഴുതി വാങ്ങാൻ സഹപ്രവർത്തക, ദേവി അവളുടെ വീട്ടിൽ വരുമ്പോൾ ആ അപേക്ഷ എഴുതാനുള്ള മാനസികാവസ്ഥ പോലുമില്ലാതെ കുഴങ്ങിയിരിക്കുന്ന വാസന്തിയെയാണ് കാണുന്നത്.

താമസിയാതെ, വാസന്തി ഒരു മനോവിഭ്രാന്തിയിലേക്ക് യാത്രയാകുന്നു. മരിച്ചുപോയ തന്റെ അമ്മായിയച്ഛന്റെ വ്യക്തിത്വം വാസന്തിയിലേക്ക് 'ബാധ' കയറുന്ന രീതിയിലാണ് ആ മനോവിഭ്രമം തുടങ്ങുന്നത്. ഈ ബാധകയറൽ അമ്മായിയച്ഛൻ എന്ന നിലയിൽ ഗോപിയോടും അമ്മായിയമ്മയോടും ഓരോ ആജ്ഞകൾ പുറപ്പെടുവിക്കുന്ന അവസ്ഥയെ തുടർന്ന് അതിനും അവൾ മർദ്ദനങ്ങൾ ഏറ്റുവാങ്ങേണ്ടിവരുന്നു. എന്നാൽ വൈകാതെ തന്നെ ഗോപിക്ക് അവളെ ചികിത്സയ്ക്കായി മനോരോഗവിദഗ്ദ്ധന്റെ അടുക്കലെത്തിക്കേണ്ടിവരുന്നു. അതോടെ വാസന്തി പൂർണ്ണമായും ഒരു മനോരോഗി എന്ന അവസ്ഥയിലെത്തുകയാണ്. അങ്ങനെ അവൾ ഒരു മനോരോഗാശുപത്രിയിലേക്ക്, ഇനി എന്ന് ശുഭകരമായ ഒരു മടക്കം ഉണ്ടാകുമോ എന്നറിയാത്ത രീതിയിൽ മാറ്റപ്പെടുന്നു. ഒരുപക്ഷേ, ഒരിക്കലും ആ മടക്കം സംഭവിക്കുകയുമില്ല.

ആലീസിന്റെ ജീവിതത്തിലും പലതും സംഭവിക്കുന്നു. ഒരുദിവസം മകൾ നിഷ കോളേജ് വിദ്യാർത്ഥിയായ ഒരു കാമുകനോടൊപ്പം ഒളിച്ചോടുന്നു. അത് അത്തരമൊരു ഒളിച്ചോട്ടമാണെന്ന് അറിഞ്ഞുവരുന്നതുവരെയുള്ള മണിക്കൂറുകളിൽ, ആലീസ് സത്യത്തിൽ തനിക്ക് മകളുമായുള്ള ബന്ധവും അവളെക്കുറിച്ചുള്ള അറിവുകളും എത്ര പരിമിതമാണെന്ന യാഥാർത്ഥ്യം തിരിച്ചറിയുന്നുണ്ട്. ആ തിരിച്ചറിവിന് ഒരു പ്രയോജനവുമില്ലെങ്കിൽക്കൂടി.

ഈ നിർണ്ണായക വേളയിലും ആലീസും മാമ്മച്ചനും രണ്ട് ധ്രുവങ്ങളിൽ തന്നെയാണ്. ഒടുവിൽ പൊലീസ് മകളെ ഒരു ഹോട്ടലിൽനിന്ന് കൂട്ടിക്കൊണ്ടുവരുന്നുവെങ്കിലും അത് ആ വീടിന്റെ ശൈഥില്യത്തിൽ എന്തെങ്കിലും ഗുണാത്മകമായ മാറ്റത്തിന് ഉതകുന്നതേയില്ല.

മദ്യത്തിനപ്പുറം, ഒരു സാന്ത്വനമായിരുന്ന ആർകിടെക്ട് ജോസും, ആലീസിൽ നിന്നകലുന്നു. ആലീസുമൊത്ത് ശാരീരിക വേഴ്ചകളൊക്കെ ആസ്വദിച്ച് കഴിഞ്ഞ ജോസിന് ഇപ്പോൾ സമൂഹത്തിൽ ഈ ബന്ധംമൂലം തനിക്ക് ഉണ്ടാകുന്ന ദുഷ്പ്പേരിനെക്കുറിച്ചും സാമൂഹ്യപദവിയിലെ ഇടിച്ചിലിനെക്കുറിച്ചും ഉൽക്കണ്ഠകളും കുറ്റബോധവുമൊക്കെ ഉണ്ടായി തുടങ്ങുകയാണ്. ഇതോടെ ആലീസിന് ആ അത്താണിയും നഷ്ടമാകുന്നു.

എല്ലാം നഷ്ടപ്പെട്ട ആലീസ് മാമ്മച്ചനോട് താൻ വിവാഹമോചനത്തിന് നോട്ടീസ് കൊടുക്കുകയാണെന്നും തന്റെ വീട്ടിലേക്ക് യാത്രയാകുകയാണെന്നും അറിയിക്കുന്നു. ആലീസ് യാത്രയാകുകയും ചെയ്യുന്നു. പക്ഷേ, സ്വന്തം വീട്ടിലെത്തുന്ന ആലീസിനെ അവളുടെ മാതാപിതാക്കളും സഹോദരനും ഇടവക പുരോഹിതനുമെല്ലാം മറ്റൊന്നാണ് ഉപദേശിക്കുന്നത്. ആലീസ് ഭൂമിയോളം ക്ഷമിച്ച് മാമ്മച്ചനുമായി രമ്യതപ്പെട്ട് അയാളോടൊപ്പം കഴിയണമെന്നും സഭയ്ക്ക് ഒരിക്കലും വിവാഹമോചനം അനുവദിക്കാനാവില്ലെന്നുമാണ് അവരുടെ ഉപദേശവും നിർദ്ദേശവും. അങ്ങനെ ആലീസ് വീണ്ടും ഭർത്തൃഗൃഹത്തിലെത്തുന്നു.

പക്ഷേ, ആലീസിന് തനിക്കിനി ജീവിതത്തിൽ യാതൊന്നും പ്രതീക്ഷിക്കാനില്ലെന്ന തോന്നൽ രൂക്ഷമാണ്. അവൾ അങ്ങനെ അമിതമായി ഉറക്കഗുളികകൾ കഴിച്ച് നിത്യനിദ്രയുടെ സമാധാനത്തെ പ്രാപിക്കുന്നു.

പ്രസവസമയമാകുന്നതോടെ, അമ്മിണി ഡാംസൈറ്റിലെ ചേച്ചിയുടെ സഹായത്തോടെ ആശുപത്രിയിൽ പ്രവേശിക്കപ്പെടുന്നു. അവളുടെ പ്രസവം നടക്കുന്നു. അമ്മിണി കൈക്കുഞ്ഞുമായി തെരുവിലെത്തുന്നു. ഒരു രാത്രിയുടെ മറവിൽ അവൾ ആ കുഞ്ഞിനെ ഒരനാഥാലയത്തിന്റെ മുന്നിലോ മറ്റോ വച്ച് മറയുന്നു പക്ഷേ, രാത്രിയിൽ കടത്തിണ്ണയിൽ അഭയം കണ്ടെത്തുന്ന അമ്മിണിയെ ആൺകാമനകൾ വേട്ടയാടുന്നു. ആ പുരുഷന്മാരിൽനിന്ന് രക്ഷനേടാനായി ഓടവേ അവൾ ബീറ്റ് പൊലീസിന്റെ പിടിയിലകപ്പെടുന്നു. അതോടെ അമ്മിണി ഒരു റെസ്ക്യൂ ഷെൽട്ടറിലെ അന്തേവാസിയാകുന്നു.

വിവിധ കൈത്തൊഴിലുകളിലേർപ്പെട്ടിരിക്കുന്ന റെസ്ക്യൂഷെൽട്ടറിലെ അന്തേവാസി സ്ത്രീകൾക്കിയിൽ അമ്മിണിയെയും നമ്മൾ കാണുന്നു. തുടർന്ന് ഏതോ ഒരു വെളിപ്പാടിലെന്നവണ്ണം അമ്മിണി എഴുന്നേറ്റ് ഓടുന്നു. ഓടുന്ന വേളയിൽ അവൾ മറ്റുള്ളവരോടും നമുക്ക് രക്ഷപ്പെടാം, പുറത്തേക്ക് ഓടൂ എന്ന് വിളിച്ചു പറയുന്നുണ്ട്. അതോടെ മറ്റെല്ലാവരും അവൾക്കൊപ്പം പുറത്തേക്ക് ഭ്രാന്തമായി കുതിക്കുന്നു.

റെസ്ക്യൂ ഷെൽട്ടറിന്റെ കവാടം കടന്ന് അവർ തെരുവിലെത്തുമ്പോൾ അവിടെ സംവിധായകനായ കെ ജി ജോർജും ചിത്രീകരണയൂണിറ്റുമുണ്ട്. അമ്മിണിയും കൂട്ടരും അവരെയെല്ലാം തട്ടി മാറ്റി ഫ്രെയിമിന് തന്നെ പുറത്തേക്ക് പലായനം ചെയ്യുകയാണ്. അവിടെ സിനിമ തീരുന്നു.

ജോർജിന്റെ അസൂയാവഹമായ ശില്പബോധം (Craft) അതിഗംഭീ

രമായ നിലയിൽ പ്രമേയത്തെ പരിചരിക്കുന്ന ഒരു സിനിമ തന്നെയാണ് *ആദാമിന്റെ വാരിയെല്ല്.* മൂന്ന് സ്ത്രീകളുടെ ജീവിതകഥകൾ, പരസ്പരം യാതൊരു ബന്ധവുമില്ലാത്തതായിരിക്കുമ്പോഴും, ഒട്ടും ഇടർച്ചകളില്ലാതെയും സമഗ്രതയോടെയും ആഖ്യാനപ്പെടുത്തുക എന്ന ശ്രമകരമായ ദൗത്യമാണ് ജോർജ് ഇവിടെ ഏറ്റെടുത്തത്. എന്നുമാത്രമല്ല, സൂക്ഷ്മമായ അർത്ഥത്തിൽ വ്യത്യസ്ത സാമൂഹിക, സാമ്പത്തിക നിലകളിലുള്ള ഈ മൂന്ന് സ്ത്രീകളുടെയും ജീവിത കഥകൾ ഒന്നുതന്നെയാണന്ന് കാണികൾ തിരിച്ചറിയുന്നു. മൂന്നുപേരും സമൂഹത്തിലെ പുരുഷാധിപത്യത്തിന്റെയും സ്ത്രീക്ക് സ്വന്തമായ ഒരു വ്യക്തിത്വം ആവശ്യമില്ലെന്ന പരമ്പരാഗത സാമൂഹിക സദാചാര വീക്ഷണത്തിന്റെയും ഇരകളാണ്. മൂവരുടെയും വ്യത്യസ്ത ജീവിത സാഹചര്യങ്ങൾ ആ ഇരവല്ക്കരണം നടത്തുന്നത് വ്യത്യസ്ത രീതികളിലാണെന്ന് മാത്രം.

സിനിമയിൽ രണ്ട് തവണ ഒരു പൊതുവഴിയിടത്തിൽ വച്ച് ആലീസും വാസന്തിയും തമ്മിൽ പരസ്പരം ആരെന്നോ എന്തെന്നോ അറിയാതെ കണ്ടുമുട്ടുന്നുണ്ട്. ആദ്യതവണ, വാസന്തി ബസ് കാത്തുനില്ക്കുമ്പോൾ ആ വഴി കാറിൽ വരുന്ന ആലീസിനെ കാണുന്നു. ആലീസിന്റെ കാർ വഴിമുറിച്ച് കടന്നു ഒരു പാവപ്പെട്ട വൃദ്ധയെ ഇടിച്ചു ഇടിച്ചില്ല എന്ന മട്ടിൽ സഡൻ ബ്രേക്കിട്ട് നിർത്തുമ്പോഴാണ് ഇത്. രണ്ടാംതവണ, ഇപ്പോൾ മനോനില തകരാറിലായ വാസന്തി വഴിമുറിച്ചുകടക്കുമ്പോൾ ആ വഴി വരുന്ന ആലീസിന്റെ കാർ വാസന്തിയെ ഇടിച്ചു ഇടിച്ചില്ലെന്ന എന്ന മട്ടിൽ സഡൻ ബ്രേക്കിടുന്നു. ഒരർത്ഥത്തിൽ, നിത്യജീവിതത്തിലെന്നപോലെ തീച്ചൂളയും ഉള്ളിൽ വഹിച്ച് നടക്കുന്ന മനുഷ്യജീവിതങ്ങൾ പരസ്പരം മനസ്സിലാക്കാതെ പൊതു ഇടങ്ങളിൽ വച്ച് യാദൃച്ഛികമായി കണ്ടുമുട്ടുകയും തുടർന്നും പ്രത്യേകിച്ചും ഒന്നും സംഭവിക്കാതെ സ്വന്തം തീച്ചൂളകളുമായി യാത്ര തുടരുകയും ചെയ്യും എന്ന ജീവിതാവസ്ഥയുടെ കൗതുകകരമായ പ്രത്യക്ഷങ്ങളാകുന്നുണ്ട് ഈ രണ്ട് സന്ദർഭങ്ങളും. ഇതേപോലെ, അമ്മായിയച്ഛന്റെ ബാധ കയറുന്ന വാസന്തിയുടെ സീക്വൻസും ജോർജിന്റെ സംവിധാന കൈയടക്കത്തിന്റെ മികച്ച മാതൃകയാകുന്നുണ്ട്.

പുനരധിവാസകേന്ദ്രത്തിന്റെ വാതിൽ കടന്ന് പുറത്തേക്ക് കുതിക്കുന്ന അമ്മിണിയുടെയും സഹ അന്തേവാസികളുടെയും രംഗം വരെയുള്ള സിനിമയുടെ ആഖ്യാനം തികച്ചും റിയലിസ്റ്റിക് ശൈലിയിലാണ്. പക്ഷേ, ഈ ക്ലൈമാക്സ് രംഗമെത്തുമ്പോഴേക്ക്, ആ റിയലിസ്റ്റിക് ശൈലി വിട്ട് സിനിമ ഒരുതരം സറിയലിസ്റ്റിക് ശൈലി അവലംബിക്കുന്നു. തികച്ചും വ്യത്യസ്തയാർന്ന ഈ ക്ലൈമാക്സ് ഇന്ത്യൻ സിനിയമിൽ തന്നെ പുതുമയുള്ളതായിരുന്നു. തിരക്കഥ എഴുതി തീരാറായപ്പോഴും അവസാന രംഗം എന്തായിരിക്കണം എന്നതിനെപ്പറ്റി വ്യക്തമായ രൂപം കിട്ടിയിരുന്നില്ല എന്ന് ജോർജ് ഓർക്കുന്നു. ഒടുവിലാണ് അതേവരെയുള്ള റിയലിസ്റ്റിക് സങ്കേതത്തെ തട്ടിത്തെറിപ്പിച്ചിട്ട് ഇങ്ങനെ ഒരു സറിയലിസ്റ്റിക് അന്ത്യമാകാം എന്ന തീരുമാനമെടുക്കുന്നത്. തികച്ചും പരീക്ഷണ

സ്വഭാവമുള്ള ഈ ക്ലൈമാക്സ് ചിത്രത്തിന് അസാധാരണ ശക്തിപകരുന്നു. അതോടെ ചിത്രം മറ്റൊരു തലത്തിലേക്ക് ഉയരുകയും ചെയ്യുന്നു.

അമ്മിണി എന്ന അധഃസ്ഥിതവർഗ്ഗ കഥാപാത്രത്തിലൂടെ ഈ ക്ലൈമാക്സ് അവതരിപ്പിക്കുന്നതിൽ, ഉപരി മദ്ധ്യവർഗ്ഗങ്ങളിൽപ്പെട്ട് മറ്റ് രണ്ട് നായികമാരേക്കാൾ കൂടുതൽ പ്രതികരണക്ഷമതയും ഊർജ്ജവും ആവാഹിക്കുന്നത് കീഴാള പെണ്മയാകാം എന്ന സൂചനയും വായിച്ചെടുക്കാവുന്നതാണ്. മറ്റ് രണ്ട് വർഗ്ഗങ്ങളേക്കാൾ നഷ്ടപ്പെടാൻ ഏറ്റവും കുറവുള്ള ഈ വർഗ്ഗത്തിന്റെ പെൺപ്രതിനിധിയായ അമ്മിണി എന്ന കഥാപാത്രം ഇതോടെ സിനിമയിൽ സുപ്രധാന കർത്തൃത്വസ്ഥാനത്തേക്കുയരുന്നു.

ശ്രീവിദ്യ, സുഹാസിനി, സൂര്യ എന്നീ മൂന്നു നായികമാരും തങ്ങളുടെ കഥാപാത്രങ്ങളെ സ്വാഭാവിക അഭിനയമികവിന്റെ കൊടുമുടികളിൽ തന്നെ എത്തിക്കുന്നുണ്ട്. അന്യതാബോധവും നിസ്സംഗതയും പുച്ഛവും ലൈംഗികതൃഷ്ണയും അമർത്തിപ്പിടിച്ച നിസ്സഹായതയും എല്ലാം കലങ്ങിമറിയുന്ന ആലീസ് ശ്രീവിദ്യയുടെ കൈയിൽ തികച്ചും ഭദ്രമായി. ഒരു കോലാടിന്റെ നിസ്സഹായതയുമായി ഉഴറുകയും അതിൽ നിന്ന് ബാധകയറൽ എന്ന പലായനത്തിലേക്ക് രക്ഷ നേടുകയും ചെയ്യുന്ന വാസന്തി സുഹാസിനിയുടെ അഭിനയസപര്യയിലെ തന്നെ ഏറ്റവും മികച്ചവയിലൊന്നാണ്. ഒടുവോളം ഒരിരമാത്രമായിരുന്നിട്ട്, പെട്ടെന്ന് അതിൽ നിന്ന് കുതറിമാറി കരുത്തിന്റെ പ്രതീകമാകുന്ന അമ്മിണി, സൂര്യ എന്ന നടിയുടെ കീഴാള ശരീരപ്രത്യക്ഷത്തിന് തികച്ചും യോജിച്ചത് തന്നെയാകുന്നുണ്ട്.

സ്ത്രീപക്ഷസ്വഭാവമുള്ള മലയാളസിനിമകളിൽ അഗ്രിമ സ്ഥാനത്ത് തന്നെയാണ് *ആദാമിന്റെ വാരിയെല്ല്.* ജോർജ് തന്നെ പറയുന്നതുപോലെ ഒരുപക്ഷേ സ്ത്രീസ്വാതന്ത്ര്യവാദികളിൽ കുറെപ്പേർക്ക് ആ സിനിമയുടെ ചില ഘടകങ്ങളോട് വിയോജിപ്പുണ്ടാകാമെങ്കിലും അത് സ്ത്രൈണാവസ്ഥയുടെ അഭ്രാഖ്യാനങ്ങളിൽ ഒരു പ്രധാന ഏടായിരുന്നു എന്നതിൽ ആർക്കും തർക്കമുണ്ടാകാനിടയില്ല.

1983 ലെ രണ്ടാമത്തെ ചിത്രത്തിനും മികച്ച തിരക്കഥയ്ക്കും ഉള്ള സംസ്ഥാന ചലച്ചിത്ര പുരസ്കാരങ്ങൾ *ആദാമിന്റെ വാരിയെല്ല്* നേടി. ജോർജും കള്ളിക്കാട് രാമചന്ദ്രനും ചേർന്നായിരുന്നു തിരക്കഥ രചിച്ചത്. ആ വർഷത്തെ ഇന്ത്യൻ പനോരമയിലും സിനിമ വളരെയേറെ ശ്രദ്ധിക്കപ്പെട്ടു.

സ്ത്രീയവസ്ഥയെ കുറിച്ചുള്ള ഒരു സിനിമയ്ക്ക് ഏറ്റവും അനുയോജ്യമായ ഒന്നായിരുന്നു. *ആദാമിന്റെ വാരിയെല്ല്* എന്ന ശീർഷകം. ആദാമിന്റെ വാരിയെല്ലിൽനിന്നാണ് സ്ത്രീയെ ദൈവം സ്രഷ്ടിച്ചതെന്ന ബിബ്ലിക്കൽ സങ്കല്പത്തിൽ നിന്നാണ് ആ ശീർഷകം രൂപം കൊണ്ടത്. ആ പേര് നിർദ്ദേശിച്ചതാകട്ടെ സിനിമാരംഗത്ത് പ്രേംനസീർ ഉൾപ്പെടെയുള്ളവർക്ക് ആ പേരുകൾ സമ്മാനിച്ച പേരിടൽ വിദഗ്ദ്ധനായ തിക്കുറിശ്ശി

സുകുമാരൻ നായരായിരുന്നു.

ആദാമിന്റെ വാരിയെല്ല് ഒരർത്ഥത്തിൽ, പ്രതികൂല സാഹചര്യങ്ങളിലും പതറാതെ പിടിച്ചുനിന്ന് സ്വന്തം കുടുംബത്തെയും ജോർജിന്റെ തന്നെ ചലച്ചിത്രമേഖലയിലെ പ്രവേശനത്തിന്റെ അടിത്തറയെയും കരുപ്പിടിപ്പിച്ച തന്റെ അമ്മയ്ക്കുള്ള ആദരസമർപ്പണമായും കാണാം. യാതൊരു ഫെമിനിസ്റ്റ് സൈദ്ധാന്തിക അടിത്തറയുമില്ലാതെ അരികുവല്ക്കരിക്കപ്പെട്ട ജീവിതപശ്ചാത്തലങ്ങളിൽ സ്ത്രീയുടെ നാടകീയ കരുത്ത് പുറത്തെടുക്കുന്ന എത്രയോ സ്ത്രീകളുടെയും പ്രതിനിധിയായ ആ അമ്മ പല ജോർജ് ചിത്രങ്ങളിലെയും കരുത്താർന്നതും വ്യത്യസ്തതയുള്ളതുമായ സ്ത്രൈണ കഥാപാത്രങ്ങൾക്ക് അബോധപൂർവ്വമായെങ്കിലും പ്രേരണയായിട്ടുണ്ടാവണം.

ജോർജിന്റെ അടുത്ത ചിത്രം *പഞ്ചവടിപ്പാലം* എന്ന രാഷ്ട്രീയ ആക്ഷേപസിനിമയായിരുന്നു. പ്രായോഗിക രാഷ്ട്രീയത്തിന്റെ ദുഷ്പ്രവണതകളെ നിശിതവും ഹാസ്യാത്മകവുമായി തുറന്ന് കാട്ടുന്ന *പഞ്ചവടിപ്പാലം* ആ ഗണത്തിൽ മലയാളത്തിൽ സമാനതകളില്ലാത്ത ചിത്രമാണ്. *പാലം അപകടത്തിൽ* എന്ന പേരിലുള്ള വേളൂർ കൃഷ്ണൻകുട്ടിയുടെ ജനപ്രിയത നേടിയ ഹാസ്യനോവലാണ് ചിത്രത്തിന്റെ കഥാവലംബം. ഒരു പൊളിറ്റിക്കൽ സറ്റയർ ചെയ്യണം എന്ന ജോർജിന്റെ മുന്നേയുള്ള ആഗ്രഹത്തിന് തികച്ചും ഉതകുന്നതായിരുന്നു ആ നോവലിന്റെ കഥ.

ദുശ്ശാസനക്കുറുപ്പ് എന്ന പൊങ്ങച്ചക്കാരനും ശുദ്ധാത്മാവുമായ ഒരു പഞ്ചായത്ത് പ്രസിഡന്റും അയാളുടെ കുടുംബം ഉൾപ്പെടെ ചുറ്റിനുമുള്ള ദൂഷിതവലയവും ചേർന്ന് കാട്ടിക്കൂട്ടുന്ന രാഷ്ട്രീയ ഭരണ വിക്രിയകളുടെയും കഥയാണത്. ആ ഗ്രാമപഞ്ചായത്തിലെ വളരെ ഉറപ്പുള്ള ഒരു പാലത്തെ പലർക്കും പണം തട്ടാനുള്ള ഒരുപാധിയായി കണ്ട് അത് വളരെ അപകടാവസ്ഥയിലുള്ള ഒരു പാലമാണ് എന്ന് കുറുപ്പും സിൽബന്ധികളും വരുത്തിത്തീർക്കുന്നു. ഇതോടെ പുതിയൊരു പാലം പണിക്കുള്ള നീക്കവും അതിനനുമതിയും ആകുന്നു. പാലത്തെ ചൊല്ലി ഭരണപ്രതിപക്ഷ രാഷ്ട്രീയ പൊറാട്ട് നാടകങ്ങളും ആരോപണപ്രത്യാരോപണങ്ങളും തകൃതിയായി അരങ്ങേറുന്നു. ഒടുവിൽ പുതിയ പാലം ഉദ്ഘാടനവേളയിൽ തന്നെ തകർന്ന് നദിയിലേക്ക് നിലം പൊത്തുന്നു. നോവലുകളിലുള്ളതുപോലെ തന്നെ എല്ലാ കഥാപാത്രങ്ങളുടെയും പേര് സിനിമയിലും ഭാരതീയ പുരാണ കഥാപാത്രങ്ങളുടേതായിരുന്നു. ശിഖണ്ഡിപ്പിള്ള, മണ്ഡോദരി, ജിമൂതവാഹനൻ... അങ്ങനെ നീളുന്നു പേരുകൾ. ഒരുതരത്തിൽ ശൈലീകൃതവും (Stylised) കാരിക്കേച്ചർ സ്വഭാവം പുലർത്തുന്നതുമായ കഥാപാത്രാവിഷ്കാരങ്ങൾക്കും ആഖ്യാനത്തിനും തികച്ചും ഇണങ്ങുന്നതും അത്തരം സ്വഭാവങ്ങളെ നന്നായി വ്യഞ്ജിപ്പിക്കുന്നതുമായിരുന്നു ഈ പുരാണ നാമധേയങ്ങൾ. മുൻപ് *കോലങ്ങളിൽ* കടന്നുവന്നിരുന്ന കാരിക്കേച്ചർ പാത്രസൃഷ്ടികൾ, ജോർജിന്റെ കൈത്തഴക്കം വന്ന സംവിധായക നൈപുണ്യത്തിൽ കൂടുതൽ മികവോടെ *പഞ്ചവടിപ്പാലത്തിൽ* അണിനിരക്കുന്നത് കാണാം.

ഈ ശൈലീകൃത കാരിക്കേച്ചർ കഥാപാത്രങ്ങൾക്ക് തികച്ചും അനുയോജ്യരായ ഒരുപിടി അഭിനേതാക്കളും കൂടി ആയതോടെ *പഞ്ചവടിപ്പാലം* ഏറെ രസനീയമായ ഒരനുഭവമായി. ദുശ്ശാസനക്കുറുപ്പായി വേഷമിടുന്ന ഗോപിയല്ലാതെ മറ്റൊരു നടനെ നമുക്ക് അതിനായി സങ്കല്പിക്കാനേ ആവാത്ത വിധമാണ് ആ പ്രകടനം. അമിതമായാൽ പൊളിഞ്ഞ് പോകാവുന്ന എന്നാൽ റിയലിസ്റ്റിക് രീതിയുടെ സുരക്ഷിതത്വം വിട്ടുള്ള ശ്രമകരമായ ശൈലീകൃത അഭിനയത്തിന്റെ ഒരു പാഠപുസ്തകം തന്നെയാണ് ആ ചിത്രത്തിലെ ഗോപിയുടെ കഥാപാത്രം. പാലത്തിൽ സ്ഥാപിച്ചിട്ടുള്ള സ്വന്തം പ്രതിമ കണ്ടാസ്വദിക്കുന്ന ദുശ്ശാസനക്കുറുപ്പിന്റെ രംഗമൊക്കെ അനുപമവും അവിസ്മരണീയവുമാണ്. നെടുമുടി വേണു, ശ്രീവിദ്യ, ജഗതി ശ്രീകുമാർ, ശ്രീനിവാസൻ തുടങ്ങിയ മറ്റഭിനേതാക്കളും ജോർജിന് മികച്ച പിന്തുണയാണ് നല്കിയത്. അതേവരെയുള്ള ജോർജിന്റെ സിനിമകളിൽ ഏറ്റവും നിർമ്മാണച്ചെലവ് വന്ന ചിത്രവും *പഞ്ചവടിപ്പാലം*മായിരുന്നു. ഗാന്ധിമതി ബാലൻ നിർമ്മിച്ച ചിത്രത്തിന് 15 ലക്ഷത്തിന് മേലേ ചെലവായി. പാലത്തിന്റെ സെറ്റിട്ടത് ഒക്കെയാണ് നിർമ്മാണ ചെലവ് ഉയരാൻ കാരണം. ഒപ്പം അത് പൊളിഞ്ഞ് വീഴുന്നതിന്റെ ചിത്രീകരണവും ചെലവേറിയതായി.

പഞ്ചവടിപ്പാലത്തിന്റെ കലാസംവിധായകനായ രാജീവ് അഞ്ചൽ, ഫോട്ടോഗ്രാഫർ എൻ എൻ ബാലകൃഷ്ണൻ എന്നിവർക്കൊപ്പം

പിന്നീട് സംവിധായകനായി തീർന്ന രാജീവ് അഞ്ചൽ ആണ് പാലത്തിന്റെ സെറ്റിട്ടത്. തികച്ചും ഒറിജിനൽ പാലം തന്നെയെന്ന് തോന്നിച്ച ആ പാലം പൊളിഞ്ഞ് വീഴുന്ന രംഗം നാല് ക്യാമറകൾ സ്ഥാപിച്ചാണ് പകർത്തിയത്. കാരണം ഒറ്റത്തവണയേ പാലം പൊളിഞ്ഞ് വീഴുകയുള്ളൂ. ആ അവസരത്തിൽ പരമാവധി ദൃശ്യങ്ങൾ നേടാനാണ് നാല് വ്യത്യസ്ത ആംഗിളുകളിൽ ക്യാമറകൾ സ്ഥാപിച്ച് ആ രംഗം പകർത്തിയത്. ഗംഭീരമായി ചിത്രീകരിക്കപ്പെട്ട ആ ക്ലൈമാക്സ് രംഗം, ചിത്രീകരണ സാങ്കേതികതയും ഗ്രാഫിക്സുമെല്ലാം എത്രയോ പുരോഗമിച്ച പുതിയ കാലത്ത് കാണുമ്പോഴും പെർഫെക്ട് എന്ന് പറയാവുന്ന തരത്തിലിരിക്കുന്നതിന് കാരണം ജോർജിന്റെ മാധ്യമബോധവും അതിന് ഛായാഗ്രാഹകൻ ഷാജി എൻ കരുൺ അടക്കമുള്ള സാങ്കേതിക വിദഗ്ദ്ധർ നല്കിയ മികച്ച പരിചരണവുമാണ്.

ചിത്രത്തിന്റെ തിരക്കഥ ജോർജ് തന്നെയാണ് എഴുതിയത്. എന്നാൽ സംഭാഷണം കാർട്ടൂണിസ്റ്റ് യേശുദാസിനെ കൊണ്ടാണ് എഴുതിച്ചത്. സമകാലിക സംഭവങ്ങൾ, പ്രത്യേകിച്ച് രാഷ്ട്രീയ വിഷയങ്ങൾ ആക്ഷേപഹാസ്യശൈലിയിൽ ദൃശ്യവല്ക്കരിക്കുമ്പോൾ അതിനോട് കൂടുതൽ നീതി പുലർത്താൻ സറ്റയർ നിരന്തരം കൈകാര്യം ചെയ്യുന്ന ഒരു കാർട്ടൂണിസ്റ്റിന് സാധിക്കും എന്ന ജോർജിന്റെ ബോദ്ധ്യത്തിൽ നിന്നായിരുന്നു യേശുദാസിനെ ഈ നിയോഗം ഏല്പിച്ചത്. ആ തെരഞ്ഞെടുപ്പ് വളരെ കൃത്യമായി.

പുരസ്കാരങ്ങളൊന്നും ലഭിച്ചില്ലെങ്കിലും ഒട്ടൊക്കെ നിരൂപകപ്രശംസയും പൊതുജനാംഗീകാരവും നേടിയ ചിത്രമായിരുന്നു *പഞ്ചവടിപ്പാലം.* അതേസമയം അക്കാലത്ത് ഒരുപറ്റം സഹൃദയർക്കും നിരൂപകർക്കും *പഞ്ചവടിപ്പാലം* വെറും ഒരു ഹാസ്യചിത്രം മാത്രമല്ലേ അത് നല്ല സിനിമയുടെ കൂട്ടത്തിൽ പരിഗണിക്കുമോ എന്ന സന്ദേഹങ്ങളുണ്ടായിരുന്നു. പക്ഷേ, എന്നുംവേറിട്ട പാതയിലൂടെ സഞ്ചരിച്ച പ്രതിഭാധനനായ ഒരു സംവിധായകന്റെ ധീരമായ ഒരു പരീക്ഷണം തന്നെയായിരുന്നു അതെന്ന് കാലാന്തരത്തിൽ ഏവരും അംഗീകരിക്കുന്നുണ്ട്.

7

ഇന്ദിരാഗാന്ധി വധവും ഇരകളും

പഞ്ചവടിപ്പാലം കഴിഞ്ഞുവന്ന *ഇരകൾ* കെ ജി ജോർജ് എന്ന സംവിധായകന്റെ ഇനിയും വേണ്ടവിധം തിരിച്ചറിയപ്പെട്ടിട്ടില്ലാത്ത എന്നാൽ ഏറ്റവും മികച്ച സിനിമയാണെന്ന് കരുതുന്ന സഹൃദയരുണ്ട്. പല തലങ്ങളിലും നിഷേധിക്കാനാവാത്ത ഒരു നിരീക്ഷണമാണിത്. ഒരുദേശത്തിന്റെ, കാലത്തിന്റെ രാഷ്ട്രീയത്തെ അപ്പാടെ അതിസൂക്ഷ്മമായി ഒപ്പിയെടുക്കുന്ന എന്നാൽ ഒരുതരം പ്രകടനാത്മക രാഷ്ട്രീയ ചിത്രസ്വഭാവവും പുലർത്താത്ത ഇരകൾ ജോർജിന്റെയും ഇന്ത്യൻ സിനിമയുടെ തന്നെയും നാഴികക്കല്ലായ ഒരു സൃഷ്ടിയാണ്. എന്നാൽ ഇത്ര അപര്യാപ്തമായി കൊണ്ടാടപ്പെട്ടതും ആസ്വാദിക്കപ്പെട്ടതുമായ ഒരു ക്ലാസിക് സിനിമ ഇന്ത്യൻ സിനിമാ ചരിത്രത്തിൽ *ഇരകൾ*ക്ക് സമാനമായി വേറൊന്നുണ്ടോ എന്ന കാര്യം ചിന്തനീയമാണ്.

1984 ൽ പ്രധാനമന്ത്രി ഇന്ദിരാഗാന്ധി കൊല്ലപ്പെട്ടതും അതിനെ തുടർന്നുണ്ടായ ആക്രമണങ്ങളും സിഖുക്കാരുടെ കൂട്ടക്കൊലയുമെല്ലാം മദിരാശിയിലെ തന്റെ വീട്ടിലെ ടി വിയിലൂടെ ജോർജ് കണ്ടിരുന്നു. ആ ദിവസങ്ങളിൽ ആവർത്തിച്ച് ടി വിയിലൂടെ വന്നിരുന്ന ദൃശ്യങ്ങളിൽ നിന്നാണ് *ഇരകളുടെ* ആലോചനയുടെ തുടക്കം. ഹിംസാത്മകമായ ഈ രാഷ്ട്രീയാവസ്ഥയുടെയും അക്രമാസക്തമായ സാമൂഹ്യമനസ്സിന്റെയും ഉത്ഭവം എങ്ങനെയാണ് ആരാണിതിനെല്ലാം ഉത്തരവാദി തുടങ്ങിയ ചിന്തകൾ ജോർജിനെ മഥിച്ചു. ജോർജ് തന്നെ പറയുന്നു, "*സ്വപ്നാടനം* ചെയ്ത കാലത്തെ യുവത്വത്തിൽനിന്ന് ഏറെ മാറ്റങ്ങൾ ഇന്ത്യൻ യുവത്വത്തിന് ഇക്കാലമായപ്പോഴേക്ക് സംഭവിച്ചിരുന്നു. ഇന്ദിരാഗാന്ധി പ്രഖ്യാപിച്ച അടിയന്തരാവസ്ഥയുടെ മറവിൽ അവരുടെ മകൻ സഞ്ജയ്ഗാന്ധി ഹിംസയുടെയും അക്രമത്തിന്റെയും ഒരു രാഷ്ട്രീയവും അഴിച്ചുവിട്ടു. അതിന്റെ

യൊക്കെ തുടർച്ചകളായിരുന്നു ഇന്ദിരാവധവും സിഖ് കൂട്ടക്കൊലയു മെല്ലാം. അധികാരത്തിന്റെയും മനുഷ്യാവകാശലംഘനങ്ങളുടെയും ദുര യുടെയുമെല്ലാം അതിസങ്കീർണ്ണവും നിഷ്ഠൂരവുമായ ഒരവസ്ഥ രാജ്യ ത്തെയാകെ ഗ്രസിച്ചിരുന്നു. ഈ ചിന്തകൾ എന്നെ *ഉൾക്കടൽ* സിനിമ ചെയ്യുന്ന കാലത്ത് ഞാൻ പരിചയപ്പെട്ടിരുന്ന മദ്ധ്യതിരുവിതാംകൂറിലെ ഹൈറേഞ്ച് ഭാഗത്തുള്ള ഒരു സമ്പന്ന ക്രിസ്ത്യൻ കുടുംബത്തിന്റെ അന്ത രീക്ഷത്തിലേക്ക് കൂട്ടിക്കൊണ്ടുപോയി. സമ്പത്തിന്റെ ആധിക്യവും വ്യക്തിബന്ധങ്ങളിലെ ഊഷ്മളരാഹിത്യവുംകൊണ്ട് ഒരുതരം നിർമാന വികതയിലെത്തിയിരുന്ന അത്തരം കുടുംബാന്തരീക്ഷത്തിലേക്ക് എന്റെ രാഷ്ട്രീയചിന്ത സംക്രമിച്ചു."

ആ സംക്രമണത്തിൽ നിന്നാണ് *ഇരകളിലെ* പാലക്കുന്നേൽ ബേബി ച്ചൻ എന്ന യുവാവായ പ്രതിനായകന്റെ പിറവി. വിഭ്രമാത്മകമായ മാന സികാവസ്ഥയുള്ള ബേബിച്ചനിൽ സഞ്ജയ് ഗാന്ധിയുടെ പലതലങ്ങ ളുമുണ്ട്. റബ്ബറിന്റെയും ബിസിനസിന്റെയും കണക്കുകളിൽ മാത്രം

ശ്രദ്ധിച്ച് അവിടത്തെ വിജയങ്ങളിൽ മാത്രം സന്തോഷിച്ച്, കുടുംബ ബന്ധങ്ങളിൽ ഉണ്ടാവേണ്ട സ്നേഹവും ഹൃദയൈക്യവും എല്ലാംപാടേ വിസ്മരിക്കുന്ന മാത്യൂസിന്റെ മകനാണ് ബേബിച്ചൻ. ബേബിച്ചന്റെ രണ്ട് ജ്യേഷ്ഠന്മാരും അവരുടെ കുടുംബങ്ങളും ഒരു സഹോദരിയും എല്ലാം നിശ്ശബ്ദം സഹിക്കുന്ന അമ്മയും ശയ്യാവലംബിയായി വീട്ടിനുള്ളിൽ കഴിയുന്ന മാത്യൂസിന്റെ അപ്പനും ചേർന്നതാണ് ആ കുടുംബാന്തരീക്ഷം. ഏത് ഹീന മാർഗ്ഗങ്ങളവലംബിച്ചും പണമുണ്ടാക്കുക എന്നത് മാത്രം പ്രമാണമായ മാത്യൂസിന്റെയും അയാളുടെ മൂത്ത മകന്റെയും ചെയ്തികൾ കണ്ട് വളരുന്ന ബേബിച്ചനിൽ എല്ലാ ആർദ്രഭാവങ്ങളും നഷ്ടപ്പെട്ടിരിക്കുന്നു. കോളജ് ഹോസ്റ്റലിൽ ഒരു കുട്ടിയെ ക്രൂരമായി റാഗ് ചെയ്തതിന്റെ പേരിൽ സസ്പെൻഡ് ചെയ്യപ്പെടുന്ന ബേബിച്ചൻ വീട്ടിലേക്ക് വരുന്നതിൽനിന്ന് തുടങ്ങുന്ന ചിത്രം, അവന്റെ ജീവിതം പടിപടിയായി അക്രമാസക്തിയുടെ കൊടുമുടികളിലേക്ക് യാത്രയാകുന്നതിനെ പിന്തുടരുന്നു.

തന്റെ കൈയിലുള്ള ഒരു കുരുക്കുകൊണ്ട് കുടുംബാംഗങ്ങളെയും ചുറ്റിലുമുള്ള താനുമായി ബന്ധപ്പെടുന്ന പലരെയും കഴുത്ത് ഞെരിച്ച് കൊല്ലുക എന്നത് ബേബിച്ചനിൽ ഒരാവേശമായി നിറയുന്നു. ഒപ്പം വീട്ടിലുള്ള തോക്കുകൊണ്ട്, സ്വന്തം ഭർത്താവിനെയും മക്കളെയും മറന്ന് പരപുരുഷന്മാർക്കൊപ്പം കിടപ്പറ പങ്കിട്ട് ഭർത്താവിനെ അപമാനിച്ച് രസിക്കുന്ന തന്റെ മൂത്ത സഹോദരിയെയും, പിന്നെ അപ്പനെയുമൊക്കെ കൊല്ലുക എന്നതും അവനിലെ ഭ്രാന്തമായ മോഹമാണ്. എന്നാൽ കുരുക്കുകൊണ്ട് നടത്തുന്ന കൊലയുടെ ആദ്യ ഇരയാകുന്നത്, ബേബിച്ചൻ തന്റെ ശരീരദാഹം ശമിപ്പിക്കാൻ ഉപയോഗിച്ച അയൽപക്കത്തെ പാവപ്പെട്ട പെൺകുട്ടിയുടെ പ്രതിശ്രുതവരനായ ഒരു സാധു ചെറുപ്പക്കാരനാണ്. തുടർന്ന് ബേബിച്ചൻ ആ പെൺകുട്ടിയെ തന്നെയും അവൾക്ക് വരനായി വരാൻ പോകുന്ന, ബേബിച്ചന്റെ തന്നെ ബാല്യകാല സുഹൃത്തായ മറ്റൊരുപാവപ്പെട്ട ചെറുപ്പക്കാരനെയും കൊലപ്പെടുത്താൻ ശ്രമിക്കുന്നു. ഒടുവിൽ ഗത്യന്തരമില്ലാതെ മാത്യൂസ് ബോബിച്ചനെ തോക്കുകൊണ്ട് വെടിവെച്ച് വീഴ്ത്തി കൊലപ്പെടുത്തുന്നിടത്ത് സിനിമ തീരുന്നു.

ചിത്രത്തിന്റെ പേര് ധ്വനിപ്പിക്കുന്നത് പോലെതന്നെ ബേബിച്ചനുൾപ്പെടെയുള്ള കഥാപാത്രങ്ങളെല്ലാം തങ്ങളുടെ ഉള്ളിലുള്ള ഇരുണ്ട ചോദനകളുടെയും അതിനുമപ്പുറത്ത് തങ്ങളിലെ മാനവികതയെ നിരാകരിക്കുന്ന തീർത്തും പണാധിഷ്ഠിതമായ ഒരു വ്യവസ്ഥിതിയുടെയും ഇരകളാണ് വീട്ടിനുള്ളിലുള്ള വല്യപ്പച്ചൻ, മാത്യൂസിന്റെ ഭാര്യ, ബേബിച്ചൻ ഉപയോഗിക്കുന്ന പെൺകുട്ടി അവളെ വിവാഹം കഴിക്കാൻ തയ്യാറായി വരുന്ന രണ്ട് ചെറുപ്പക്കാർ, ബേബിച്ചന്റെ സഹോദരിയുടെ ഭർത്താവ് എന്നിങ്ങനെയുള്ള കഥാപാത്രങ്ങളൊഴികെ മറ്റുള്ളവരെല്ലാം തന്നെ ഒരേസമയം വേട്ടക്കാരും ഇരകളുമാകുന്ന ദയനീയവും അസ്വാസ്ഥ്യജനകവുമായ ദൃശ്യങ്ങളാണ് ചിത്രത്തിൽ നിറയുന്നത്. പണത്തെ മുഖ്യ ദൈവമായി പ്രതിഷ്ഠിച്ച് തങ്ങളുടെ മാനവികതയെ ചോർത്തിക്കളയുന്ന ഹൈറേ

ഞ്ചിലെ ഒരു സമ്പന്ന ക്രിസ്ത്യൻ കുടുംബം എന്നതിനപ്പുറം പാലാക്കുന്നേൽ വീട് നെഹ്റുവിയൻ ആദർശങ്ങളിൽനിന്ന് വ്യതിചലിച്ച് സ്വാർത്ഥ മൂല്യങ്ങളുടെ മാത്രം പിടിയിലമർന്ന ഭാരത രാഷ്ട്രത്തിന്റെതന്നെ പ്രതീകമായി തീരുന്നു. ജോർജ് തന്നെ പൂർണ്ണമായി കഥയും തിരക്കഥയും നിർവ്വഹിച്ച *ഇരകൾ* അതിലെ വയലൻസിന്റെ ആധിക്യത്താൽ അക്കാലത്ത് കുറേ വിമർശനങ്ങളും ഏറ്റുവാങ്ങിയിരുന്നു. എന്നാൽ വയലൻസ് തന്നെ പ്രമേയമാകുന്ന ചിത്രത്തിൽ അതങ്ങനെയല്ലാതെ സാദ്ധ്യമല്ല എന്ന് ഗൗരവബുദ്ധ്യാ സിനിമ വീക്ഷിക്കുന്ന ആർക്കും ബോദ്ധ്യപ്പെടും. മാത്രവുമല്ല, ജീവിതത്തിന്റെ എല്ലാ തലങ്ങളിലും വയലൻസ് ഉണ്ട് എന്ന ജോർജിന്റെ വിശ്വാസപ്രമാണത്തിന്റെ സാക്ഷ്യവുമായിരുന്നു *ഇരകൾ*, *സ്വപ്നാടനം* മുതലായ തന്റെ പല ചിത്രങ്ങളും. *സ്വപ്നാടന*ത്തിലെ ദാമ്പത്യജീവിതത്തിലും കിടപ്പറ രംഗങ്ങളിലുമുള്ള മസോക്കിസ്റ്റ് വയലൻസ് (ആത്മപീഡനപരമായ അക്രമാസക്തി) *യവനിക*യിലെ തബലിസ്റ്റ് അയ്യപ്പന്റെ അരാജകത്വം സൃഷ്ടിക്കുന്ന ലൈംഗികവും മാനസികവും ആയ അക്രമപ്രവണതകൾ, *ആദാമിന്റെ വാരിയെല്ലി*ലെ പുരുഷന്മാർ ഭാര്യമാരോട് പ്രകടിപ്പിക്കുന്ന വയലൻസ്, വീട്ട് ജോലിക്കാരിയായ അമ്മിണിക്ക് മാമ്മച്ചൻ മുതലാളിയിൽനിന്ന് നേരിടേണ്ടി വരുന്ന ലൈംഗിക പീഡനം, പരുക്കൻ ഗ്രാമീണജീവിതത്തിന്റെ വന്യതകൾ നിറയുന്ന *കോലങ്ങൾ* തുടങ്ങിയവയെല്ലാം ആ വാദത്തെ സാധൂകരിക്കുന്നുണ്ട്.

ഈ സന്ദർഭത്തിൽ *ഇരകൾ* എന്ന സിനിമയ്ക്ക് ലോകസാഹിത്യത്തിലെ തന്നെ പുകൾപെറ്റ, പില്ക്കാലത്ത് നോബൽ സാഹിത്യപുരസ്കാരം നേടിയ ഓസ്ട്രിയൻ എഴുത്തുകാരിയായ എൽഫ്രിഡെ യെലനെക്കിന്റെ *വണ്ടർഫുൾ വണ്ടർഫുൾ റ്റൈംസ്* എന്ന നോവലുമായുള്ള ചില സമാനതകൾ ഓർക്കുന്നത് അർത്ഥപൂർണ്ണമാകും. 1980 ൽ ജർമ്മൻ ഭാഷയിൽ പുറത്തുവന്ന ഈ നോവൽ 1990 ൽ മാത്രമാണ് ഇംഗ്ലീഷിലേക്ക് പരിഭാഷ ചെയ്യപ്പെട്ടത്. എന്തായാലും ജോർജ് ഒരിക്കലും വായിച്ചിട്ടില്ലാത്ത ഈ നോവൽ പുറത്തിറങ്ങി അഞ്ച് വർഷത്തിനകം തന്നെയാണ് *ഇരകളും* വന്നിട്ടുള്ളത് എന്നതിനാൽ, യാതൊരു തരത്തിലും അപ്പോൾ ജർമ്മൻ ഭാഷയിൽ മാത്രം ലഭ്യമായിരുന്ന നോവൽ മുഖേന സംവിധായകൻ സ്വാധീനിക്കപ്പെട്ടു എന്ന് ആർക്കും പറയാനാവില്ല; അതല്ല ഇവിടെ ഉദ്ദേശിക്കുന്നതും. പ്രതിഭാശാലികളായ രണ്ട് സ്രഷ്ടാക്കൾ, രണ്ട് തരം മാധ്യമങ്ങളിൽ ലോകത്തിന്റെ വ്യത്യസ്ത കോണുകളിലിരുന്ന് ഏതാണ്ട് സമകാലത്ത് സാധർമ്മ്യമുള്ള ഒരു പ്രമേയത്തെ ആഖ്യാനപ്പെടുത്തി എന്നതിലെ കൗതുകമാണ് ഇവിടെ ചൂണ്ടിക്കാണിക്കുന്നത്.

നോവലിൽ യെലനിക് നാസി കാലഘട്ടത്തിന് ശേഷമുള്ള അമ്പതുകളിലെ ഓസ്ട്രിയൻ സമൂഹത്തെയാണ് കാണിച്ചുതരുന്നത്. ഒരാങ്ങളയും പെങ്ങളുമുൾപ്പെടെയുള്ള കൗമാരക്കാരായ ഒരു നാൽവർ സംഘം, സമൂഹത്തിലെ ഹിംസാത്മകമായ പൊതുബോധ (Social psyche) ത്തിന്റെയും നാസി ആശയങ്ങൾ ആന്തരവല്ക്കരിക്കപ്പെട്ട തങ്ങളുടെ കുടും

ബാന്തരീക്ഷങ്ങളുടെയും സ്വാധീനത്തിന്റെ ഫലമായി എപ്രകാരം അപമാനവീകരിക്കപ്പെട്ട ജീവിതങ്ങളുടെ ഉടമകളാകുന്നു എന്നാണ് ആ നോവൽ ആഖ്യാനപ്പെടുത്തുന്നത്. ഹിംസാത്മകത അടിമുടി നുരഞ്ഞ് പൊന്തുന്ന ആ നാൽവർ സംഘവുമായി പാലക്കുന്നേൽ ബേബിച്ചനുള്ള സാദൃശ്യം അത്ഭുതാവഹമാണ്. ഇരകളുടെ അടിത്തട്ടിലുള്ള ഇന്ദിരാഗാന്ധി സഞ്ജയ്ഗാന്ധി യുഗത്തിന്റെ അക്രമാസക്തി, *വണ്ടർഫുൾ വണ്ടർഫുൾ റ്റൈംസി*ലെ നാസി നിഷ്ഠുരതയുമായി അതേപോലെ തന്നെ വിസ്മയാവഹമായി കണ്ണിചേരുന്നു. *ഇരകളും* വിഖ്യാതമായ ഈ നോവലും ചേർത്ത് വച്ചുള്ള ഒരു താരതമ്യപഠനത്തിലൂടെ അന്താരാഷ്ട്ര തലത്തിൽ തന്നെ *ഇരകൾ* ഒരു ക്ലാസിക് സിനിമയായി വീണ്ടെടുക്കപ്പെടുന്നതിന് വഴിയൊരുക്കാം.

അന്തരിച്ച പ്രശസ്ത നടൻ സുകുമാരൻ നിർമ്മിച്ച *ഇരകൾ* 1985 ലെ രണ്ടാമത്തെ മികച്ച ചിത്രം, മികച്ച തിരക്കഥാകൃത്ത്, മികച്ച ഛായാഗ്രാഹകൻ (വേണു) എന്നീ സംസ്ഥാന പുരസ്കാരങ്ങൾ കരസ്ഥമാക്കി. എന്നാൽ അതിനപ്പുറം *ഇരകൾ*ക്ക് പുരസ്കാരങ്ങളൊന്നും മറ്റെവിടെ നിന്നും കിട്ടിയിരുന്നില്ല എന്നത്, ഒരു ക്ലാസിക്കിനെ അതിറങ്ങിയ കാലത്ത് ആളുകൾ തിരിച്ചറിയാറില്ല എന്ന കലാലോകത്തിലെ അപൂർവ്വമല്ലാത്ത പ്രവണതയുടെ സാക്ഷ്യം കൂടിയായി പരിഗണിക്കാം.

8

കാലത്തിന് മുമ്പേ നടന്ന കലാകാരന്മാർ

ഇരകൾ പുറത്തിറങ്ങിയതോടെ ജോർജിന്റെ ജീവിതത്തിൽ ആരും പ്രതീക്ഷിക്കാത്ത പുതിയൊരദ്ധ്യായം ആരംഭിക്കുകയായിരുന്നു. സജീവവും ഉജ്ജ്വലവുമായ ഒരു സിനിമാസപര്യയിൽനിന്നുള്ള പിന്മടക്കത്തിന്റെ അദ്ധ്യായമായിരുന്നു അത്. *ഇരകൾക്കു*ശേഷം ജോർജ് അഞ്ച് സിനിമകൾകൂടി സംവിധാനം ചെയ്തുവെങ്കിലും അവയിൽ ഒന്ന് ഒഴിച്ച് മറ്റൊന്നും അദ്ദേഹത്തിന്റെ മുൻകാലചിത്രങ്ങളുടെ അടുത്തൊന്നും മികവിന്റെയും സഹൃദയസ്വീകാര്യതയുടെയും കാര്യത്തിൽ എത്തിയില്ല. ഒരു തരത്തിൽ *കഥയ്ക്ക് പിന്നിൽ, ഈ കണ്ണി കൂടി, മറ്റൊരാൾ, ഒരു യാത്രയുടെ അന്ത്യം, ഇലവങ്കോട് ദേശം* എന്നീ അഞ്ച് ചിത്രങ്ങളും സിനിമയിൽനിന്നുള്ള ജോർജിന്റെ പിൻവാങ്ങലിന്റെ ചവിട്ടു പടികൾ മാത്രമായി തീർന്നു എന്നുള്ളതാണ് സത്യം.

ഇവയിൽ *കഥയ്ക്ക് പിന്നിൽ, മറ്റൊരാൾ, ഈ കണ്ണി കൂടി* എന്നിവ എൺപതുകളിലും *ഒരു യാത്രയുടെ അന്ത്യം* 91 ലും *ഇലവങ്കോട് ദേശം* 98 ലുമായിരുന്നു പുറത്തിറങ്ങിയത്. ഈ സിനിമകളിലൊക്കെ താൻ മറ്റ് ചിത്രങ്ങളിൽ പ്രകടിപ്പിച്ച കൈയൊതുക്കം നഷ്ടപ്പെട്ടതായും ഏകാഗ്രതയും ആവിഷ്കരണ തീവ്രത മറഞ്ഞതായും പരക്കെ വിമർശനമുണ്ടായെന്ന് ജോർജ് തന്നെ അംഗീകരിക്കുന്നു. അത്തരം അഭിപ്രായങ്ങളെ മാനിക്കവെ തന്നെ മുൻകാല ചിത്രങ്ങളുടെ കാര്യത്തിലെന്ന പോലെയുള്ള ആത്മാർത്ഥത ഈ സിനിമകളോടും താൻ പുലർത്തിയിരുന്നുവെന്നും ജോർജ് പറയുന്നു. അങ്ങനെയെങ്കിൽ എവിടെയാണ് താളപ്പിഴകൾ സംഭവിച്ചത് എന്ന് ചിന്തിക്കേണ്ടതാണല്ലോ. എൺപതുകളുടെ പകുതിക്കുശേഷം മലയാള സിനിമാരംഗത്ത് ഉണ്ടായ പലവിധ ഗുണകരമല്ലാത്ത മാറ്റങ്ങളും തന്നെപ്പോലെയുള്ള സംവിധായകരെ വളരെ പ്രതി

ലോമകരമായി ബാധിച്ചു എന്നുള്ളതാണ് ഇതിന്റെ മുഖ്യ കാരണമായി ജോർജ് ചൂണ്ടിക്കാട്ടുന്നത്. ജോർജിനെ പോലെയുള്ള മൗലികതയുള്ള സംവിധായകരെ പൂർണ്ണമായി മനസ്സിലാക്കുകയും പിന്തുണയ്ക്കുകയും ചെയ്യുന്ന നിർമ്മാതാക്കളുടെ അഭാവം, സൂപ്പർതാരപ്രഭാവത്തിനടിപ്പെട്ട് അതിനനുസൃതമായി മാത്രം സിനിമ നിർമ്മിക്കാൻ തയ്യാറാകുന്ന നിർമ്മാതാക്കൾ, പല കാര്യങ്ങളിലുമുള്ള താര ഇടപെടലുകൾ എന്നിങ്ങനെയുള്ള പ്രവണതകൾ ശക്തമായതോടെ തന്റെ സൃഷ്ടിക്ക് മേലുള്ള നിയന്ത്രണം വളരെയധികം നഷ്ടപ്പെട്ട ഒരു സംവിധായകനായി നില്ക്കാൻ ജോർജിന് സാധിച്ചില്ല. *ഇരകൾക്ക്* ശേഷമുള്ള മേല്പറഞ്ഞ സിനിമകളൊക്കെ തന്നെ, ജോർജിനെ ഈ യാഥാർത്ഥ്യത്തിനു നേരെ കണ്ണ് തുറക്കാൻ ഒരു വിധത്തിലല്ലെങ്കിൽ, മറ്റൊരു വിധത്തിൽ പോരുന്നവയായിരുന്നു.

മേല്പറഞ്ഞ അഞ്ച് സിനിമകളിൽ സി വി ബാലകൃഷ്ണൻ രചന നിർവ്വഹിച്ച *മറ്റൊരാളും* പാറപ്പുറത്തിന്റെ കഥയെ ആസ്പദമാക്കി ജോർജ് തന്നെ രചന നിർവ്വഹിച്ച *ഒരുയാത്രയുടെ അന്ത്യവും* ആണ് കുറേയെങ്കിലും ശ്രദ്ധാർഹമായി നിലകൊള്ളുന്നത്. മികച്ച ഒരു തിരക്കഥയും ജോർജിന്റെ സവിശേഷ സംവിധാനപരിചരണവുമുള്ള ചിത്രമായിട്ടും വളരെ ഗർഹണീയമായ രീതിയിലുള്ള നിർമ്മാണ ഇടപെടലുകളിൽ പാളിപ്പോയ സിനിമയാണ് *മറ്റൊരാൾ.* തനിക്ക് ഒട്ടും ഇണങ്ങാത്തതെന്ന് വൈകി മാത്രം തിരിച്ചറിയുന്ന ഒരു കാമുകനുമൊത്ത് പലായനം ചെയ്യുന്ന ഒരു മദ്ധ്യവർഗ്ഗ കുടുംബിനിയുടെയും ആ പലായനത്തോടെ ആകെ തകിടംമറിയുന്ന അവളുടെയും അവളുടെ കുടുംബത്തിന്റെയും കഥയാണ് *മറ്റൊരാൾ* പറഞ്ഞത്. പക്ഷേ, കാസ്റ്റിങ് ഉൾപ്പെടെയുള്ള പ്രധാന കാര്യങ്ങളിലെല്ലാം ആകെ പ്രതിലോമകരമായ നിർമ്മാണ ഇടപെടലുകളാൽ *മറ്റൊരാൾ* ജോർജ് സ്വപ്നം കണ്ട തലങ്ങളിലേക്ക് ഉയർന്നതേയില്ല.

എന്നാൽ ദൂരദർശനുവേണ്ടി ചെയ്ത *ഒരു യാത്രയുടെ അന്ത്യം* എന്ന ഏതാണ്ട് ഒരു മണിക്കൂർ മാത്രം ദൈർഘ്യമുള്ള ചെറിയ സിനിമ തന്റെ മാധ്യമത്തിന് മേലെ തികഞ്ഞ കൈയടക്കമുള്ള ഒരു സംവിധായകന്റെ മുദ്രപതിഞ്ഞ ചിത്രമാണ്. തിയേറ്ററുകളിൽ പ്രദർശിപ്പിക്കപ്പെടാത്തതിനാലും ഫിലിം ഫെസ്റ്റിവൽ സർക്യൂട്ടുകളിലൊന്നും അയക്കപ്പെടാത്തതിനാലും ആ ചിത്രത്തെ അധികമാരും അറിഞ്ഞില്ല എന്ന് മാത്രം. പാറപ്പുറം രചിച്ച *കോട്ടയം മാനന്തവാടി* എന്ന ചെറുകഥയിൽനിന്ന് ജോർജ് തന്നെ തിരക്കഥ നിർവ്വഹിച്ച് ചെയ്തതാണീ സിനിമ. കോട്ടയത്തുനിന്ന് എഴുത്തുകാരൻ തന്നെയായ ആഖ്യാതാവ് ഒരു കെ എസ് ആർ ടി സി ബസിൽ മാനന്തവാടിക്കപ്പുറത്തുള്ള ഒരു ഗ്രാമത്തിലേക്ക് രോഗശയ്യയിലായ തന്റെ ഗുരുനാഥനെ കാണാൻ നടത്തുന്ന യാത്രയിലാണ് കഥ വിടരുന്നത്. ആ ബസിൽ തന്നെ ഒരു വിവാഹയാത്രാ സംഘവുമുണ്ട്. കോട്ടയത്തിനടുത്ത് ഒരു ഗ്രാമത്തിലെ, വിദേശത്ത് ജോലിയുള്ള നേഴ്സ് പെൺകുട്ടിയായ വധുവും അവളുടെ കുടുംബക്കാരും കൂട്ടുകാരും പിറ്റേന്ന്

ഇലവങ്കോടുദേശം എന്ന ചിത്രത്തിന്റെ പോസ്റ്റർ

മാനന്തവാടിയിൽ നടക്കേണ്ട വിവാഹത്തിനായുള്ള സന്തോഷനിർഭരമായ യാത്ര. എന്നാൽ യാത്രാമദ്ധ്യേ വധുവിന്റെ പിതാവ് ഹൃദയസ്തംഭന ത്താൽ മരിക്കുന്നു. അതോടെ അതൊരു വിലാപയാത്രയാകുന്നു. പക്ഷേ, നിശ്ചയിച്ച വിവാഹം അങ്ങനെ തന്നെ നടക്കട്ടെ എന്ന ഒരു തീരുമാനം ഉണ്ടാകുകയും അതിൻപ്രകാരം വധുവും സംഘത്തിലൊരു ഭാഗവും യാത്രതുടരുകയും ചെയ്യുന്നു. എഴുത്തുകാരനും ഒപ്പമുണ്ട്. അയാൾ തന്റെ ഗുരുനാഥന്റെ വീട്ടിലെത്തുമ്പോൾ, ഗുരുനാഥൻ അപ്പോഴേക്ക് മരിച്ചിരിക്കുന്നു.

ഒരു യാത്രയുടെ രൂപകത്തിലൂടെ ജീവിതമെന്ന യാത്രയേയും മരണം എന്ന അതിലെ അനിവാര്യതയെയും കലാസുഭഗമായി ആവിഷ്കരിക്കുന്ന ഒരു കഥയുടെ ഉചിതമായ തിരസാക്ഷാൽക്കാരമാണ് *ഒരു യാത്രയുടെ അന്ത്യം.* മുരളി, കരമന, സോമൻ എന്നിവർ മുഖ്യവേഷങ്ങളിലുള്ള ആ സിനിമ മലയാളത്തിലെ മുന്തിയ ഒരു റോഡ് മൂവിയുമാണ്. മലയാള

സിനിമയിൽ സമീപകാലത്ത് സർവ്വസാധാരണവും ആവർത്തന വിരസവുമായി തീർന്ന ഈ ഗണത്തിലുള്ള ചിത്രങ്ങൾക്ക് എത്രയോ മുമ്പ്, റോഡ് മൂവി എന്നൊരു ജനുസ്സ് ഉണ്ടെന്ന് ഇവിടെ ആരെങ്കിലും കേൾക്കുന്നതിനും എത്രയോ മുന്നേ, ജോർജ് യാതൊരു അവകാശവാദവുമില്ലാതെ അത്തരമൊരു ചിത്രമൊരുക്കി എന്നത് അത്ഭുതകരമാണ്. അതിനാകട്ടെ അന്നാരും ഒരു അംഗീകാരവും കൊടുത്തുമില്ല. സത്യത്തിൽ പലപ്പോഴും കാലത്തിന് മുന്നേ നടന്ന ഒരുകലാകാരനെന്ന നിലയിൽ ജോർജിനെ സംബന്ധിച്ച് ഈ തിരസ്കാരങ്ങൾ അതിശയകരമല്ല.

ഇലവങ്കോട് ദേശം ഒരുപിരീയഡ് ചരിത്ര സിനിമ ഒരുക്കണം എന്ന ജോർജിന്റെ പഴയ ആഗ്രഹത്തിന്റെ സാക്ഷാൽക്കാരമെന്ന നിലയിലാണ് തുടങ്ങിയത്. വളരെ പ്രതീക്ഷകളോടെയാണ് അതിന്റെ പ്രവർത്തനങ്ങൾ തുടങ്ങിയതെങ്കിലും മുന്നേപറഞ്ഞ പുതിയ കാല സിനിമാ ലോകത്തിന്റെ പലവിധ ദുഷ്പ്രവണതകൾ ആ സിനിമയെ അതെന്താകണമായിരുന്നോ അതല്ലാതാക്കി മാറ്റി. മാത്രവുമല്ല *ഇലവങ്കോട് ദേശ*ത്തിന്റെ പേരിൽ ജോർജ് തീർത്തും അനാവശ്യമായി ചില നിയമവ്യവഹാരങ്ങളിൽ കുടുങ്ങുകയും അത് അദ്ദേഹത്തിന്റെ ധാരാളം സമയവും ആരോഗ്യവും അപഹരിക്കുകയും ചെയ്തു. അല്ലാതെ തന്നെ ശാരീരികമായി ചില അവശതകൾ കടന്നാക്രമണം തുടങ്ങിയിരുന്ന ജോർജിനെ സംബന്ധിച്ചിടത്തോളം ഈ കള്ളക്കേസും അതിലുണ്ടായ പൊലീസ് അറസ്റ്റുമെല്ലാം വല്ലാതെ മാനസികമായും ശാരീരികവുമായി തളർത്തിയ സംഭവങ്ങളായിരുന്നു.

എങ്കിലും ജീവൻ ടി വിക്കുവേണ്ടി ടി പത്മനാഭന്റെ കഥകൾ ടെലിഫിലിമുകളാക്കി കൊണ്ടുള്ള സീരിയൽ, സി വി ബാലകൃഷ്ണന്റെ രചനയിൽ എന്നിങ്ങനെയുള്ള ചില ടെലിവിഷൻ സംരംഭങ്ങളും അദ്ദേഹം നിർവ്വഹിച്ചു. ചെറിയ സ്ക്രീനിലും മികവ് പ്രകടിപ്പിക്കുന്ന ഒരു സംവിധായകന്റെ സാന്നിദ്ധ്യം വിളിച്ചോതുന്ന സൃഷ്ടികൾ തന്നെയായിരുന്നു അവയും.

2006-11 വരെ കേരള സ്റ്റേറ്റ് ഫിലിം ഡെവലപ്മെന്റ് കോർപ്പറേഷൻ ചെയർമാനായും ജോർജ് പ്രവർത്തിച്ചു. പക്ഷേ, അദ്ദേഹത്തെ സംബന്ധിച്ചിടത്തോളം അത് നിരാശാജനകമായ ഒരു സർക്കാർ ഉദ്യോഗപർവ്വം മാത്രമായി തീരുകയായിരുന്നു. മലയാള സിനിമയുടെ നിർമ്മാണ പ്രവർത്തനങ്ങൾക്ക് മലയാള നാട്ടിൽ തന്നെ മികച്ച സാങ്കേതിക സഹായമൊരുക്കുന്ന മലയാള ചലച്ചിത്ര വ്യവസായത്തിന് ബഹുനിലകളിൽ ക്രിയാത്മകമായ പ്രോത്സാഹനം നല്കുന്ന ഒരു മഹൽ സ്ഥാപനമായി കെ എസ് എഫ് ഡി സി യെ സജ്ജമാക്കുക എന്ന ലക്ഷ്യത്തോടെയാണ് ജോർജ്ജ് ആ സ്ഥാനം ഏറ്റെടുത്തെങ്കിലും, ജോർജിന്റെ തന്നെ വാക്കുകളിൽ "ആ സ്ഥാപനം കേവലം ഒരു സർക്കാർ വകുപ്പ് മാത്രമായി തരം താഴുകയോ താഴ്ത്തപ്പെടുകയോ ആയിരുന്നുവെന്ന് എന്റെ അവിടത്തെ അനുഭവങ്ങൾ എന്നെ ബോദ്ധ്യപ്പെടുത്തി... സിനിമയ്ക്ക് ഗുണ

കരമായ രീതിയിൽ ആ സ്ഥാപനത്തെ അടിമുടി ഉടച്ച് വാർക്കുകയാണ് ആദ്യം ചെയ്യേണ്ടത്. പക്ഷേ, അതാര് ചെയ്യും. അതിന് ആരും ധൈര്യപ്പെടുകയില്ലന്നതാണ് ഏറെ ദുഃഖകരം. ഒരു സർക്കാരും മന്ത്രിയും അതിനുള്ള ആർജ്ജവം കാണിച്ചിട്ടില്ല."

പുതിയ സിനിമാകാലത്ത്, തന്റെ സിനിമാ സങ്കല്പങ്ങൾക്ക് സാഫല്യമടയാനുള്ള സാഹചര്യം ഇല്ല എന്ന് തുറന്ന് പറയുന്ന ജോർജ് എറണാകുളത്ത് വിശ്രമജീവിതം നയിക്കുന്നു. എന്നാൽ ആ മനസ്സിൽ ഇപ്പോഴും സിനിമ സജീവമാണ്. അല്ലെങ്കിൽ ആ മനസ്സ് ഇപ്പോഴും സിനിമയിൽ തന്നെയാണ്. ഡി വി ഡി കൾ കണ്ടും സമാനമനസ്കരായ സന്ദർശകരോട് സിനിമകളെ പറ്റി സംസാരിച്ചും സിനിമയെ കുറിച്ച് മനനം ചെയ്തും മലയാളസിനിമയിൽ എക്കാലത്തും തലയെടുപ്പോടെ നില്ക്കുന്ന ആ ചലച്ചിത്ര പ്രതിഭ ശിഷ്ടജീവിതത്തോട് സംവദിച്ചുകൊണ്ടിരിക്കുന്നു.

9

മികച്ച തിരക്കഥാകൃത്ത്

ഏതാണ്ട് കാൽനൂറ്റാണ്ട് നീണ്ടുനിന്ന തന്റെ സംവിധാനസപര്യയിൽ കെ ജി ജോർജിന്റേതായി പത്തൊൻപത് സിനിമകളേ സംഭവിച്ചിട്ടുള്ളൂ. തീർച്ചയായും ഏറെയെന്ന് പറയാനാവാത്ത ഒന്ന്. എന്നാൽ ഈ പത്തൊൻപതിൽ പത്തെണ്ണം മലയാള സിനിമയിലെ എക്കാലത്തെയും മികച്ചവയുടെ പട്ടികയിൽ ഇടം പിടിക്കുന്നവയാണ്. ഇക്കൂട്ടത്തിൽ തന്നെ അഞ്ചെണ്ണമെങ്കിലും—*കോലങ്ങൾ, യവനിക, ലേഖയുടെ മരണം ഒരു ഫ്ളാഷ് ബാക്ക്, ഇരകൾ, ആദാമിന്റെ വാരിയെല്ല്* ഇന്ത്യൻ സിനിമയിലെ തന്നെ നാഴികക്കല്ലുകളാകുന്ന സിനിമകളുമാണ്.

എന്നിട്ടും കെ ജി ജോർജ് എന്ന സംവിധായകൻ വേണ്ടവിധം അംഗീകരിക്കപ്പെടുകയും ആഘോഷിക്കപ്പെടുകയും ചെയ്തിട്ടുണ്ടോ. ഉത്തരം ഇല്ല എന്നാണെന്നറിയാൻ വലിയ സൂക്ഷ്മ ബുദ്ധിയുടെ ആവശ്യമുണ്ടെന്ന് തോന്നുന്നില്ല. ഒരിക്കൽ പോലും ജോർജിന്റെ ഒരു ചിത്രം ദേശീയതലത്തിൽ ഏറ്റവും മികച്ച സിനിമയ്ക്കുള്ള പുരസ്കാരം നേടിയിട്ടില്ല. ജോർജ് ഒരിക്കലും ദേശീയ ചലച്ചിത്ര പുരസ്കാരവേളയിൽ മികച്ച സംവിധായകനായി തെരഞ്ഞെടുക്കപ്പെട്ടിട്ടില്ല. സംസ്ഥാനചലച്ചിത്ര പുരസ്കാരവേളകളിലും ഒരിക്കൽപ്പോലും ജോർജ് മികച്ച സംവിധായകനായി തെരഞ്ഞെടുക്കപ്പെട്ടിട്ടില്ല. സർക്കാർ, സർക്കാരേതര പുരസ്കാരങ്ങളൊന്നുമല്ല ആത്യന്തികമായി ഒരു കലാകാരന്റെ പ്രതിഭയെ മാറ്റുരയ്ക്കുന്ന ഉരക്കല്ലുകൾ എന്ന വാദം അംഗീകരിക്കുമ്പോഴും ഒരു തിരിഞ്ഞുനോട്ടത്തിൽ മേല്പറഞ്ഞ അവഗണന ജോർജിനുമേൽ എങ്ങനെയൊക്കെയോ വന്നുവീണ തമസ്കരണത്തെ ശക്തമായി ഉദാഹരിക്കുന്നു എന്നു പറയേണ്ടിവരും. ഔദ്യോഗിക ചരിത്രത്തിന്റെ നാൾവഴികൾ പലപ്പോഴും നിർണ്ണയിക്കപ്പെടുന്നത് ഇത്തരം പുരസ്കാരങ്ങളിലൂടെയാണല്ലോ. അവിടെ ജോർജ് ഏറെ പിന്നിലാകുന്നു.

കെ ജി ജോർജ്

എന്നാൽ സൂക്ഷ്മബുദ്ധികളായ സിനിമാസഹൃദയർക്കിടയിൽ കെ ജി ജോർജിന്റെ സ്ഥാനം തങ്ങളുടെ ചലച്ചിത്രാവബോധത്തിന്റെ അത്യുന്നതികളിൽ തന്നെയായിരിക്കും. അതേസമയം ജോർജ് എവ്വിധം ഇങ്ങനെയൊരു തമസ്ക്കരണത്തിന് വിധേയമായി എന്നുകൂടി ആരായേണ്ടതുണ്ടെന്ന് തോന്നുന്നു. എന്റെ വിലയിരുത്തലിൽ ആർട്ട് ഹൗസ് സിനിമാ പരിവേഷമില്ലാതെ ഗംഭീരമായ, ഗൗരവമാർന്ന സിനിമകൾ ചെയ്തു എന്നി

ടത്താണ് ജോർജ് ആ തമസ്കരണത്തിന് വിധേയമായത്. ഒരുപക്ഷേ, കന്നിച്ചിത്രമായ *സ്വപ്നാടന*ത്തിന് ശേഷം ഒരിക്കലും സിനിമാ പണ്ഡിതരും ആർട്ട് സിനിമാ ലോകവും ജോർജിന്റെ സിനിമകളെ ആർട്ട് ഹൗസ് എന്ന വിശേഷണം ചാർത്തിയിട്ടില്ല. പിന്നീടുള്ള ജോർജിന്റെ മികച്ച സിനിമകളത്രയും അതീവ ഗൗരവമാർന്ന പ്രമേയങ്ങളെ പരിചരിക്കുമ്പോൾ തന്നെ, അവ ജനസാമാന്യത്തിന് കൂടി ആസ്വാദനക്ഷമവുമായിരുന്നു. മാത്രവുമല്ല, ജോർജ് തന്നെയും അവയെ ആർട്ട് ഹൗസ് എന്ന വിശിഷ്ട മണ്ഡലത്തിൽ മാത്രം ഉൾപ്പെടുന്ന സൃഷ്ടികളായി പരിഗണിക്കപ്പെടാൻ എന്തെങ്കിലും ശ്രമങ്ങൾ ആ സിനിമകൾക്കുള്ളിലും സിനിമകൾക്ക് പുറമേയും ചെയ്തുമില്ല. ഒരുതരത്തിൽ നോക്കുമ്പോൾ ജോർജിന്റെ വ്യക്തിത്വത്തിലെവിടെയോ, കാര്യങ്ങളെ ലാഘവബുദ്ധ്യാ കാണുന്ന തന്റെ പിതാവിന്റെ ഒരംശം ജോർജിനെ തന്റെ സിനിമകളെ ആവശ്യമായ രീതിയിൽ പുരസ്കാരനിരൂപണ-അന്താരാഷ്ട്ര ചലച്ചിത്രമേളകളുടെ പാതയിൽ പ്രചരിപ്പിക്കുന്നതിൽ നിന്ന് തടഞ്ഞിരുന്നോ എന്ന് സംശയിക്കേണ്ടിയിരിക്കുന്നു. അതായത്, തന്റെ ജോലി നല്ല സിനിമകളെടുക്കുക എന്നതിനപ്പുറം, ചെയ്ത ജോലി ഒന്നാന്തരമാണെന്ന് സ്വയം കൊട്ടിഘോഷിക്കുകയും മറ്റുള്ളവരെക്കൊണ്ട് ഘോഷിപ്പിക്കുകയും ചെയ്യുന്നതിൽ ജോർജിന് ഒരു വൈമുഖ്യം ഉള്ളതായി അദ്ദേഹത്തിന്റെ തന്നെ ചില വാക്കുകളും മൊത്തത്തിലുള്ള പ്രവർത്തനശൈലിയും വിളിച്ചോതുന്നു. വളരെ ഗൗരവത്തോടെ തന്റെ മാധ്യമത്തെ സമീപിക്കുമ്പോഴും അതേ ഗൗരവത്തോടെ ആ സമീപനത്തിന്റെ നേട്ടങ്ങൾ ഉയർത്തിപ്പിടിക്കാനും കൊട്ടിഘോഷിച്ച് നടക്കാനും വയ്യ എന്ന മട്ടിലുള്ള ജോർജിന്റെ നിലപാട്, എവിടെയോ, നാടോടിയും ഒന്നും അത്ര വല്യ കാര്യമല്ല എന്ന മട്ടുകാരനുമായ തന്റെ അച്ചായനുമായി ചേർന്ന് പോകുന്നുണ്ടെന്ന് തോന്നുന്നു.

ഈ അവസരത്തിൽ എഴുപതുകളിലെയും എൺപതുകളുടെ പകുതി വരെയുമുള്ള ഇവിടത്തെ ആർട്ട് ഹൗസ് സിനിമാ സങ്കല്പങ്ങളെക്കൂടി പരിശോധിക്കേണ്ടതുണ്ട്. മന്ദതാളത്തിലുള്ള, പലപ്പോഴും തികച്ചും അനാവശ്യമായി തന്നെ, ഷോട്ടുകളും രംഗങ്ങളും, ചലനമേന്മയില്ലാത്ത ക്യാമറാ വീക്ഷണങ്ങൾ, സംവിധാനത്തിനപ്പുറം അഭിനേതാക്കൾ ഒന്നും അത്ര പ്രസക്തമല്ലാത്ത സമീപനം, സംഭാഷണം വളരെ ആവശ്യമുള്ള സന്ദർഭങ്ങളിൽപ്പോലും അത് ഒഴിവാക്കി ഫ്രെയിമുകളിൽ മൗനം നിറയ്ക്കുക, അനാവശ്യമായ ദുരൂഹതകൾ തിരക്കഥയിലും ഫ്രെയിമുകളിലും കുത്തി നിറയ്ക്കുക ഇങ്ങനെ പലതും അക്കാലത്തെ മിക്ക ആർട്ട്സിനിമകളുടെയും മുഖമുദ്രകളായിരുന്നു. എന്നാൽ ജോർജിന്റെ സിനിമകളാകട്ടെ ഇത്തരം കാപട്യങ്ങൾക്ക് നേരേ ശക്തമായി വാതിലടച്ച് നിലകൊണ്ടു. അതുകൊണ്ട് തന്നെ, അവയെ ആർട്ട് ആയി പരിഗണിക്കാൻ അന്നത്തെ പല ജൂറികളും പണ്ഡിതമ്മന്യന്മാരും തയ്യാറായില്ല.

എന്നാൽ സത്യത്തിൽ ജോർജിന്റെ സൃഷ്ടികൾ സിനിമ എന്ന മാധ്യമത്തിന്റെ സാങ്കേതികതയും സൗന്ദര്യവും ഏറിയ അളവിൽ ഉൾക്കൊ

ള്ളുന്നതായിരുന്നു എന്നവർ കണ്ടില്ല, അല്ലെങ്കിൽ കാണാൻ വിസമ്മതിച്ചു. ശില്പബോധം അല്ലെങ്കിൽ തന്റെ മാധ്യമത്തിൻമേൽ ഇത്രമേൽ കൈയടക്കം ജോർജിനോളം സ്വാംശീകരിച്ചിരുന്ന മറ്റൊരു സംവിധായകൻ മലയാളത്തിൽ അന്ന് ഉണ്ടായിരുന്നോ എന്നത് ചിന്തനീയമാണ്. ഒരുപക്ഷേ, ജോർജ് തന്നെ ഏറെ മതിപ്പോടെ വീക്ഷിക്കുന്ന അടൂർ മാത്രമായിരിക്കാം, ആ നിലയിൽ രണ്ടാമതൊരാളെപ്പറ്റി ചിന്തിക്കുമ്പോൾ അന്നത്തെ മലയാള ആർട്ട് സിനിമയിൽനിന്ന് ഇങ്ങനെ എടുത്ത് കാണിക്കാനുള്ളത്.

അടൂർ ഗോപാലകൃഷ്ണനും ജി അരവിന്ദനും ജോൺ ഏബ്രഹാമും ടി വി ചന്ദ്രനും പി എ ബക്കറും ഒക്കെ തികഞ്ഞ ആർട്ട് ഹൗസുകാരായി കൊണ്ടാടപ്പെട്ട ആ കാലത്ത്, ജോർജിനെ സിനിമാ വ്യവസായ-നിരൂപകലോകം മറ്റൊരു ഗണത്തിലായിരുന്നു സ്ഥാനപ്പെടുത്തിയിരുന്നത്. ഭരതൻ, പത്മരാജൻ മോഹൻ എന്നീ സംവിധായകർ അടങ്ങുന്ന മദ്ധ്യവർത്തി സിനിമ എന്ന വിഭാഗത്തിലാണ് ജോർജിനെ അന്ന് മുതൽക്കേ അടയാളപ്പെടുത്താറുള്ളത്. അതായത് സിനിമയുടെ കലാത്മകത നഷ്ടപ്പെടുത്താതെ തീയേറ്ററുകളിലേക്ക് ജനസാമാന്യത്തെ ആകർഷിപ്പിക്കാനുതകും വിധം എന്നാലോ കച്ചവട സിനിമയുടെ അതിഭാവുത്വങ്ങളും തട്ട് പൊളിപ്പത്തരങ്ങളും ഒഴിവാക്കിയും ഉള്ള കച്ചവടപരതയും സമന്വയിപ്പിച്ചുള്ള ഒരു വഴിയിലെ സഹയാത്രികരായ കലാകാരന്മാർ എന്ന മട്ടിൽ. വലിയ അപാകം ചൂണ്ടിക്കാട്ടാനില്ലാത്ത ഒരു സ്ഥാനപ്പെടുത്തൽ തന്നെയാണിത്. പക്ഷേ, ഇവിടെ ചില സൂക്ഷ്മാവലോകനങ്ങൾ ആവശ്യമായി വരുന്നു. തുടക്കഘട്ടത്തിൽ ഭരതൻ, മോഹൻ എന്നിവരെ അപേക്ഷിച്ച് കച്ചവടപരത തീരെ കുറഞ്ഞ ചിത്രങ്ങൾ എടുത്തയാളാണ് പത്മരാജൻ. (*പെരുവഴിയമ്പലം, ഒരിടത്ത് ഒരു ഫയൽമാൻ, അരപ്പട്ട കെട്ടിയ ഗ്രാമത്തിൽ, കള്ളൻ പവിത്രൻ, കൂടെവിടെ* തുടങ്ങിയവ) പില്ക്കാലത്തും *മൂന്നാംപക്കം, അപരൻ* തുടങ്ങിയ പത്മരാജൻ ചിത്രങ്ങൾ വിപണിമൂല്യങ്ങളെ തീരെ കുറഞ്ഞയളവിൽ മാത്രമേ പരിഗണിച്ചിട്ടുള്ളൂ എന്ന് കാണാവുന്നതാണ്. ഇതേപോലെ ഇവരുടെയെല്ലാം സംവിധാന സപര്യകളിൽ പല വ്യതിരിക്തതകളും കണ്ടെടുക്കാനാവും.

എന്നാൽ ജോർജിലേക്ക് വരുമ്പോഴാകട്ടെ, *ഇരകൾ* വരെ നീളുന്ന അദ്ദേഹത്തിന്റെ സജീവപ്രവർത്തന കാലഘട്ടത്തിലെ മിക്ക സിനിമകളും മദ്ധ്യവർത്തിസിനിമാ കൂട്ടത്തിലെ മറ്റുള്ളവരിൽനിന്ന് വ്യത്യസ്തമായി വൈയക്തിക പ്രമേയങ്ങളെ അപേക്ഷിച്ച് സാമൂഹ്യമാനമുള്ള പ്രമേയങ്ങളെ പരിചരിക്കുന്നവയായിരുന്നു എന്നുകാണാം. നേരത്തേ പറഞ്ഞിരുന്നതുപോലെ, ചില പ്രത്യേക മേഖലകളെ ആസ്പദമാക്കി സിനിമയകൾ ചെയ്യണമെന്ന ജോർജിന്റെ മുന്നേയുള്ള തീരുമാനപ്രകാരമുള്ള സിനിമകളാണ് അവ. ആകർഷണീയമായ ഏതെങ്കിലും നല്ല കഥകളെ സിനിമയാക്കുക എന്നതിലുപരി, സാമൂഹ്യാവസ്ഥയുടെ വ്യത്യസ്ത തലങ്ങളെ ആഖ്യാനവല്ക്കരിക്കുക എന്നൊരു പ്രതിബദ്ധതയുടെ പ്രസ്ഫുരണങ്ങളായി ജോർജിന്റെ ഒരുപിടി നല്ല സിനിമകളെ (*സ്വപ്നാടനം, മേള,*

ലേഖയുടെ മരണം ഒരു ഫ്ളാഷ് ബാക്ക്, യവനിക, ഇരകൾ, പഞ്ചവടി പ്പാലം, ആദാമിന്റെ വാരിയെല്ല്) എന്നിവ കാണാം. മാത്രവുമല്ല പ്രമേയ ങ്ങളുടെ സാമൂഹ്യ രാഷ്ട്രീയ തീവ്രതകൊണ്ട് *ഇരകൾ ആദാമിന്റെ വാരി യെല്ല്, പഞ്ചവടിപ്പാലം* എന്നിവ മറ്റ് പല മദ്ധ്യവർത്തി സിനിമകളിൽനിന്ന് ഏറെ മുന്നിലായും വ്യത്യസ്തമായും നിലകൊള്ളുന്നു.

ഒരുപക്ഷേ, പല ആർട്ട് ഹൗസ് സിനിമാക്കാരെക്കാളും മദ്ധ്യവർത്തി സിനിമാക്കാരെക്കാളും തന്റെ കാലത്തിന്റെ സാമൂഹ്യപരിതോവസ്ഥക ളോട് കൂടുതലായി സിനിമകളിലൂടെ ജോർജ് പ്രതികരിച്ചിരുന്നു എന്നും മനസ്സിലാക്കാം. ഏതെങ്കിലും കലാരാഷ്ട്രീയ പ്രതിബദ്ധതയ്ക്കപ്പുറം സാകല്യാവസ്ഥയിലുള്ള ഒരു മാനസിക പ്രതിബദ്ധതയിൽ നിന്നുകൊ ണ്ടാണ് ജോർജിലെ കലാകാരൻ ഈ സിനിമകളിലൂടെ പ്രേക്ഷകരോട് സംവദിക്കുന്നത്. അത്തരം പ്രതിബദ്ധതയാകട്ടെ, *ഇരകൾ, ആദാമിന്റെ വാരിയെല്ല്, യവനിക* പോലെയുള്ള സിനിമകളെ സാർവ്വജനീനതയിലേക്ക് ഉയർത്തുകയും ചെയ്യുന്നുണ്ട്.

കെ ജി ജോർജ് എന്ന ഫിലിം മേയ്ക്കറെ പരിഗണിക്കുമ്പോൾ പല പ്പോഴും ശ്രദ്ധിക്കാതെ പോകുന്ന ഒരു തലമുണ്ട്. ഒരു തിരക്കഥാകൃത്ത് എന്ന നിലയിൽ ജോർജിനുള്ള സ്ഥാനമാണത്. സംവിധായകൻ എന്ന നിലയിൽ ജോർജിന് അത്ര നീതി ലഭിച്ചിട്ടില്ലാത്ത സർക്കാർ പുരസ്കാരം തന്നെ ജോർജിനെ മികച്ച തിരക്കഥാകൃത്താക്കി ആഘോഷിക്കുന്നു എന്ന വിരോധാഭാസവും ഇവിടെ കാണാം. നാലുതവണയാണ് ജോർജ് മികച്ച തിരക്കഥാകൃത്തിനുള്ള സംസ്ഥാന സർക്കാർ ചലച്ചിത്ര പുരസ്കാരം നേടി യത്. *സ്വപ്നാടന*ത്തിന് പമ്മനൊപ്പം, *യവനിക*യ്ക്ക് എസ് എൽ പുരം സദാനന്ദനൊപ്പം, *ഇരകൾ*ക്ക് ഒറ്റയ്ക്ക്, *ആദാമിന്റെ വാരിയെല്ലിന്* കള്ളി ക്കാട് രാമചന്ദ്രനൊപ്പം എന്നിങ്ങനെ. പുരസ്കാരങ്ങൾ ആത്യന്തിക വില യിരുത്തലുകളാണെന്ന ശാഠ്യം പുലർത്തേണ്ടതില്ല എന്ന് മുൻപൊരിടത്ത് സൂചിപ്പിച്ചത് ആവർത്തിക്കുമ്പോൾ തന്നെ, ജോർജിന്റെ മിക്ക സിനിമ കളും എണ്ണം പറഞ്ഞ ഒരു തിരക്കഥാകൃത്തിനെക്കൂടി പ്രത്യക്ഷപ്പെടു ത്തുന്നുണ്ടെന്നത് കുറച്ച് സഹൃദയരെങ്കിലും തിരിച്ചറിഞ്ഞിട്ടുള്ള കാര്യ മാണ്.

തിരക്കഥയെ എത്രത്തോളം ഗൗരവപൂർണ്ണമായാണ് താൻ സമീപി ച്ചിട്ടുള്ളതെന്ന് ജോർജ് തന്റെ ആത്മകഥയിൽ പറയുന്നുണ്ട്. സിനിമയെ ഗൗരവമായി സമീപിച്ച് തുടങ്ങിയ കാലത്തുതന്നെ സംവിധായകന്റെ ജോലി സിനിമയുടെ രചനയിൽ തുടങ്ങുന്നുവെന്ന അടിസ്ഥാന പാഠം ഉൾക്കൊണ്ടിരുന്നു. തിരക്കഥയെക്കുറിച്ച് ഏറ്റവും കൂടുതൽചിന്തിക്കേ ണ്ടതും അതിനെ അടിസ്ഥാനമാക്കി സിനിമയ്ക്ക് സംഭാവന നല്കേ ണ്ടതും സംവിധായകനാണ് എന്നതുതന്നെ കാരണം. തിരക്കഥാ രച നയ്ക്ക് ഇറങ്ങി പുറപ്പെടും മുമ്പ് സിനിമാ സംബന്ധിയായ നിരവധി പുസ്തകങ്ങൾ വായിച്ച് പഠിച്ചിരുന്നു. അതിൽ ലോകോത്തരമെന്ന് വിശേ ഷിപ്പിക്കപ്പെട്ട തിരക്കഥകളുണ്ടായിരുന്നു. ജോർജ് ക്ലൂസോവിന്റെ

വെയ്ജസ് ഓഫ് ഫിയർ എന്ന ക്ലാസിക് ഫ്രഞ്ച് ത്രില്ലർ സിനിമയുടെ തിരക്കഥ, ഫെല്ലിനി, കുറോസാവ എന്നീ ആചാര്യന്മാരുടെ തിരക്കഥകൾ തുടങ്ങിയവ ജോർജിനെ സംബന്ധിച്ച് എന്നും തിരക്കഥാ പാഠപുസ്തക ങ്ങളാണ്. ഇക്കൂട്ടത്തിൽ തന്നെ, ഫെല്ലിനിയുടെ തിരക്കഥകളാണ് തന്നെ ഏറ്റവുമധികം സ്വാധീനിച്ചിട്ടുള്ളതെന്ന് അദ്ദേഹം പറയുന്നു.

എന്നാൽ തിരക്കഥയെ കുറിച്ച് അസാധാരണ അവഗാഹ മുള്ളപ്പോഴും തന്റെ പത്തൊൻപത് സിനിമകളിൽ മൂന്നെണ്ണത്തിന് മാത്രമേ ജോർജ് സ്വയമായി തിരക്കഥ എഴുതിയിട്ടുള്ളൂ. മറ്റുള്ളവയി ലെല്ലാം ഒന്നുകിൽ മറ്റുള്ളവരുമായി സഹകരിച്ചോ അല്ലെങ്കിൽ മറ്റുള്ള വർ തനിയേയോ ആയി തിരക്കഥാ രചനാ നിർവഹിച്ചു. ഈ സിനിമക ളിലെല്ലാം തന്റെ സിനിമയ്ക്ക് വേണ്ടത് എന്താണെന്ന് കൃത്യംബോധ മുള്ള ഒരു സംവിധായകൻ അതിനനുസരണമായി ആ അത്യാവശ്യം നിറവേറ്റാൻ പ്രാപ്തരായ രചയിതാക്കളെ കൂടെ കൂട്ടുകയായിരുന്നു എന്ന് കാണാവുന്നതാണ്. അതായത് ഓരോ സിനിമയുടെയും പ്രമേയത്തിന്റെ പ്രത്യേകത മുൻനിർത്തി, ആ പ്രമേയത്തെക്കുറിച്ച് ആഴത്തിൽ അറിവുള്ള രചയിതാക്കളെ അത്തരം പ്രമേയങ്ങളെ ആഖ്യാനവല്ക്കരിക്കാൻ സംവി ധായകൻ തനിക്കൊപ്പം ചേർത്തു. *മേള*യിൽ സർക്കസ് ലോകത്തിന്റെ അകംപുറമറിയുന്ന ശ്രീധരൻ ചമ്പാട്, *യവനിക*യിൽ നാടകലോകത്തിന്റെ എല്ലാം സൂക്ഷ്മാംശങ്ങളുമറിയുന്ന എസ് എൽ പുരം സദാനന്ദൻ, *ലേഖ യുടെ മരണം ഒരു ഫ്ളാഷ് ബാക്കി*ലും അപ്രകാരം തന്നെ സദാനന്ദൻ, *ഉൾക്കടലി*ൽ അതിനാധാരമായ നോവൽ രചിച്ചയാളും ക്യാംപസ് ലോകം നന്നായറിയുന്ന അദ്ധ്യാപകനുമായ ജോർജ് ഓണക്കൂർ, *പഞ്ചവടിപ്പാല* ത്തിൽ ആഖ്യാനത്തിന് ഉതകുംവിധം കാർട്ടൂണിസ്റ്റായ യേശുദാസൻ എന്നിങ്ങനെ നീളുന്ന ജോർജിന്റെ തിരക്കഥാ പങ്കാളികളെ ശ്രദ്ധിക്കു മ്പോൾ ഇക്കാര്യം വ്യക്തമാകുന്നു. മറ്റുള്ളവരുടെ പങ്കാളിത്തമുള്ളപ്പോഴും ആത്യന്തികമായി സിനിമ സംവിധായകന്റെ കാഴ്ചപ്പാടിലൂടെ തന്നെ യാണ് സംഭവിക്കുക എന്ന് ഉത്തമ ബോദ്ധ്യമുള്ള ഒരു കലാകാരന്റെ ആത്മവിശ്വാസവും ഒപ്പം മറ്റുള്ളവരെ സഹകരിപ്പിക്കുന്നതിൽ യാതൊരു ഈഗോ പ്രശ്നവും തോന്നാത്ത ഒരു വിശാലഹൃദയത്വവും ജോർജിന്റെ തിരക്കഥാ സരണിയിൽ ദൃശ്യമാണ്.

അതേസമയം, *കോലങ്ങൾ, ഇരകൾ, ഒരു യാത്രയുടെ അന്ത്യം* എന്നീ പൂർണ്ണമായും സ്വന്തം തിരക്കഥകളുള്ള ജോർജ് സിനിമകളിൽ തിരക്കഥയ്ക്ക് മേൽ തനിക്കുള്ള കൈയടക്കം എത്രയെന്ന് അദ്ദേഹം വ്യക്തമാക്കി തരുന്നുണ്ട്. ഇവയിൽ ഇരകൾ തിരക്കഥയ്ക്കുള്ള സംസ്ഥാന പുരസ്കാരം നേടുകയുമുണ്ടായല്ലോ. എം ടി വാസുദേവൻ നായർ, പി പത്മരാജൻ, എ കെ ലോഹിതദാസ് തുടങ്ങിയുള്ള മലയാളത്തിലെ ഏറ്റവും മുന്തിയ തിരക്കഥാകൃത്തുക്കളുടെ ഗണത്തിൽ തന്നെയുള്ള കെ ജി ജോർജിനെ എന്നാൽ ആ തരത്തിൽ സഹൃദയ-നിരൂപക ലോകം ഇനിയും വിലയിരുത്തേണ്ടതായാണിരിക്കുന്നത്.

ഏതാണ്ട് അറുപതുകളുടെ ഒടുക്കത്തോടെ ആരംഭിച്ച് എഴുപതുകളിലൂടെ ശക്തി നേടി എൺപതുകളിൽ ഉച്ചകോടിയിൽ എത്തി തൊണ്ണൂറുകളുടെ തുടക്കത്തോടെ അവസാനിച്ച മലയാള സിനിമയുടെ സുവർണ്ണ കാലം എന്നുപറയാവുന്ന ഒരു കാലഘട്ടത്തിന്റെ നെടുംതൂണുകളിലൊരാളാണ് കെ ജി ജോർജ്. ശുദ്ധമായ ആർട്ട് ഹൗസ് എന്ന് വിളിക്കപ്പെടുന്ന ധാരയും മദ്ധ്യവർത്തി ധാരയും ഒരേപോലെ പുഷ്കലമായിരുന്ന ഒരു കാലഘട്ടമായിരുന്നു അത്. ഇതിനൊപ്പം കച്ചവടത്തിന് തന്നെ ഊന്നൽ കൊടുത്തിരുന്ന മുഖ്യധാര സിനിമയും അതിന്റെ ഏറ്റവും സുന്ദരമുഖം പ്രദർശിപ്പിച്ചിരുന്നതും അക്കാലത്താണ്. പ്രത്യേകിച്ച് എഴുപതുകൾക്കൊടുവിലും എൺപതുകളിലും.

പിന്തിരിഞ്ഞ് നോക്കുമ്പോൾ, സാഹിത്യത്തിലും പൊതു സാംസ്കാരിക ഭാവുകത്വത്തിലും ആവേശിച്ചിരുന്ന ആധുനികതയുടെ ഗുണപരമായ സ്വാധീനം മലയാളസിനിമയിലും ഇക്കാലയളവിൽ ഉണ്ടായതിന്റെ കൂടി ഫലമാണ് മേല്പറഞ്ഞ പുഷ്കലകാലമെന്ന് കാണാം. അത്തരമൊരു ആധുനിക പരിപ്രേക്ഷ്യത്തെ സ്വാഗതം ചെയ്യാൻ കെല്പും ആർജ്ജവവുമുള്ള ഒരുപിടി പ്രതിഭാധനന്മാർ മലയാള സിനിമയിൽ ഉയർന്നുവന്നു. അടൂർ, അരവിന്ദൻ, ജോൺ എബ്രഹാം, പവിത്രൻ, ബക്കർ, ഭരതൻ, പത്മരാജൻ, മോഹൻ തുടങ്ങിയവർ അണിനിരന്ന ആ കാലഘട്ടത്തിൽ കെ ജി ജോർജും എത്രയും സ്വാഭാവികമായി അതിനോട് കണ്ണിചേരുന്നു. ഇവരിലോരോരുത്തർക്കും വൈയക്തികമായ വ്യതിരിക്തതകൾ ഉണ്ടായിരുന്നപ്പോഴും നവ്യമായ ഒന്നിലേക്ക് ഉന്നംവയ്ക്കേണ്ടതാണ് തങ്ങളുടെ സിനിമകൾ എന്നൊരു ശാഠ്യം അവർക്കുണ്ടായിരുന്നു. അതുകൊണ്ട് തന്നെ ആ കാലത്തിന്റേതായ ഒരുപിടി ചിത്രങ്ങൾ ഇന്നും ഒളിമങ്ങാതെ നിലനില്ക്കുന്നു. കെ ജി ജോർജ് എന്ന പ്രതിഭയ്ക്കും ആ പൊതുശാഠ്യത്തിന്റെ അന്തരീക്ഷം ഗുണകരമായി. ചുരുക്കത്തിൽ, പ്രചോദനാത്മകമായ ആ കൂട്ടായ്മക്കാലവും ജോർജിനെ പോലെയുള്ളവരെ ഏറെ സൃഷ്ട്യുന്മുഖരാക്കി. ആധുനികതയുടെ ഭാവുകത്വത്തിനൊപ്പം തന്നെ എഴുപതുകളിൽ കേരളത്തിൽ ഉയർന്നുവന്ന രാഷ്ട്രീയ ദിശാമാറ്റങ്ങളും ആർട്ട് ഹൗസ് മദ്ധ്യവർത്തി സിനിമകളുടെ അടിയൊഴുക്കുകളായി വർത്തിച്ചിട്ടുണ്ടെന്നതും ഒരു പ്രധാന വസ്തുതയാണ്. പ്രത്യേകിച്ച് അടിയന്തരാവസ്ഥയുടെ കാലമൊക്കെ കഴിഞ്ഞതോടെ വ്യവസ്ഥാപിത രാഷ്ട്രീയത്തിനെതിരെ യുവമനസ്സുകളിൽ ഊറിക്കൂടിയ എതിർപ്പുകളും അസ്വസ്ഥതകളും സാഹിത്യത്തിലും ചിത്രകലയിലും നാടകത്തിലും സിനിമയിലുമൊക്കെ ക്രിയാത്മക പ്രചോദനങ്ങളായി ഭവിക്കുന്നുണ്ടായിരുന്നു. കെ ജി ജോർജിലും ഇതിന്റെയൊക്കെ മൂല്യവത്തായ പ്രതിഫലനങ്ങളുണ്ടായിരുന്നു. പ്രകടനാത്മകമായി രാഷ്ട്രീയം കൈകാര്യം ചെയ്യുന്ന സിനിമകളൊന്നും തന്നെ, ഒരുപക്ഷേ *പഞ്ചവടിപ്പാലം* ഒഴിച്ച് ജോർജ് എടുത്തിട്ടില്ലെങ്കിലും അവയിലൊക്കെ അടഞ്ഞ മൂലകളിലേക്കല്ലാതെ, ചോദ്യങ്ങളുടെ തുറസ്സുകളിലേക്ക് നൂളുന്ന സൂക്ഷ്മമായ രാഷ്ട്രീയ അന്തർധാര

കൾ ഉണ്ടായിരുന്നു. അത് കക്ഷിരാഷ്ട്രീയത്തിനപ്പുറത്ത്, സമൂഹത്തിലെ സ്ത്രീയവസ്ഥയെയും മൂല്യരൂപീകരണങ്ങളെയും കുടുംബഘടനകളെയും കലാപ്രവർത്തനങ്ങളെയും ഒക്കെ നിർണ്ണയിക്കുന്നതരം ആന്തരിക രാഷ്ട്രീയ പ്രക്രിയകളെ ഉൾക്കൊള്ളുന്നവ ആയിരുന്നു. അതുകൊണ്ട് തന്നെ, ആ സിനിമകളൊക്കെ പല തലങ്ങളിലും ഇന്നും സംവേദനാത്മകമായി തുടരുന്നുമുണ്ട്.

ഏത് കലയിലും ക്ലാസിക്കുകൾ എന്നാൽ കാലത്തിന്റെ പ്രയാണത്തിനൊപ്പം സഞ്ചരിച്ചു കൊണ്ടിരിക്കുന്ന സൃഷ്ടികളാണ്. കെ ജി ജോർജിന്റെ മികച്ച സിനിമകളും ആ തരത്തിൽ കാലത്തിനൊപ്പം പ്രയാണം നടത്തുകയാണ്. മാറിമാറി വരുന്ന കാലങ്ങളിൽ ക്ലാസിക്കുകൾ പുതിയ വ്യാഖ്യാനങ്ങളും അർത്ഥങ്ങളും ഉല്പാദിപ്പിക്കുകയും ചെയ്യും. ജോർജിന്റെ അഭ്രസൃഷ്ടികളും പുതിയ കാലങ്ങളിലേക്ക്, പുതിയ തലമുറകളിലേക്ക് പുതിയ വ്യാഖ്യാനങ്ങളും പുതിയ സൗന്ദര്യാനുഭൂതികളുമായി യാത്ര തുടരുന്നു എന്നാണ് ചലച്ചിത്രകലയുടെ സൂക്ഷ്മനിരീക്ഷകർക്ക് മുമ്പിൽ തെളിയുന്ന യാഥാർത്ഥ്യം.

കെ ജി ജോർജിന്റെ സിനിമകൾ

1. *സ്വപ്നാടനം* (1975)
   തിരക്കഥ - പമ്മൻ, കെ ജി ജോർജ്
2. *വ്യാമോഹം* (1977)
   തിരക്കഥ - കെ ജി ജോർജ്, രാജീവ് നാഥ്, ഡോ. പവിത്രൻ
3. *ഉൾക്കടൽ* (1978)
   തിരക്കഥ - ജോർജ് ഓണക്കൂർ
4. *രാപ്പാടികളുടെ ഗാഥ* (1978)
   തിരക്കഥ - പി പത്മരാജൻ
5. *ഓണപ്പുടവ* (1978)
   തിരക്കഥ - കാക്കനാടൻ
6. *മണ്ണ്* (1978)
   തിരക്കഥ - ഡോ. പവിത്രൻ
7. *ഇനി അവൾ ഉറങ്ങട്ടെ* (1978)
   തിരക്കഥ - കെ ജി ജോർജ്
8. *മേള* (1980)
   തിരക്കഥ - ശ്രീധരൻ ചമ്പാട്
9. *കോലങ്ങൾ* (1980)
   തിരക്കഥ - കെ ജി ജോർജ്
10. *യവനിക* (1982)
    തിരക്കഥ - കെ ജി ജോർജ്
    സംഭാഷണം - എസ് എൽ പുരം സദാനന്ദൻ
11. *ലേഖയുടെ മരണം ഒരു ഫ്ളാഷ് ബാക്ക്* (1983)
    തിരക്കഥ - എസ് എൽ പുരം സദാനന്ദൻ

12. *ആദാമിന്റെ വാരിയെല്ല്* (1983)
തിരക്കഥ -കള്ളിക്കാട് രാമചന്ദ്രൻ, കെ ജി ജോർജ്
13. *പഞ്ചവാടിപ്പാലം* (1984)
തിരക്കഥ - കെ ജി ജോർജ്
സംഭാഷണം - കാർട്ടൂണിസ്റ്റ് യേശുദാസൻ
14. *ഇരകൾ* (1986)
തിരക്കഥ - കെ ജി ജോർജ്
15. *കഥയ്ക്ക് പിന്നിൽ* (1987)
തിരക്കഥ - ഡെന്നിസ് ജോസഫ്
16. *മറ്റൊരാൾ* (1988)
തിരക്കഥ - സി വി ബാലകൃഷ്ണൻ, കെ ജി ജോർജ്
17. *ഈ കണ്ണി കൂടി* (1990)
തിരക്കഥ - എസ് ഭാസുരചന്ദ്രൻ
18. *ഒരു യാത്രയുടെ അന്ത്യം* (1991)
തിരക്കഥ - കെ ജി ജോർജ്
19. *ഇലവങ്കോട് ദേശം* (1998)
തിരക്കഥ - കെ ജി ജോർജ്
സംഭാഷണം - ശ്രീവരാഹം ബാലകൃഷ്ണൻ

പുരസ്കാരങ്ങൾ

സ്വപ്നാടനം - മികച്ച മലയാള ചിത്രം (സംസ്ഥാന പുരസ്കാരം) മികച്ച നടി (റാണി ചന്ദ്ര), മികച്ച തിരക്കഥ, മികച്ച പ്രാദേശിക ഭാഷാ ചിത്രത്തിനുള്ള ദേശീയ പുരസ്കാരം.

രാപ്പാടികളുടെ ഗാഥ - മികച്ച തിരക്കഥ (പി പത്മരാജൻ), ഏറ്റവും ജനപ്രീതി നേടിയ കലാമേന്മയുള്ള ചിത്രം.

ഉൾക്കടൽ - മികച്ച ഗായകൻ (യേശുദാസ്) മികച്ച ഗാനരചയിതാവ് (ഒ എൻ വി കുറുപ്പ്)

മേള - മികച്ച ഗായകൻ (യേശുദാസ്)

കോലങ്ങൾ - മികച്ച സഹനടി (രാജം കെ നായർ)

യവനിക - മികച്ച തിരക്കഥ, മികച്ച ചിത്രം, മികച്ച സഹനടൻ (തിലകൻ)

ആദാമിന്റെ വാരിയെല്ല് - മികച്ച രണ്ടാമത്തെ ചിത്രം, മികച്ച തിരക്കഥ, മികച്ച ഗാനരചയിതാവ് (ഒ എൻ വി കുറുപ്പ്)

ഇരകൾ - മികച്ച തിരക്കഥ മികച്ച രണ്ടാമത്തെ ചിത്രം മികച്ച ഛായാഗ്രഹണം (വേണു)

www.ingramcontent.com/pod-product-compliance
Lightning Source LLC
LaVergne TN
LVHW041131150826
845673LV00007B/2273

* 9 7 8 9 3 8 4 4 4 5 5 0 8 *